I0733881

Gọi là một nén tâm hương
Kính dâng hương hồn mẹ tôi

VĂN HÓA ẨM THỰC VIỆT

Biên khảo: Lạp Chúc Nguyễn Huy
Bìa: Uyên Nguyên Trần Triết
Dàn trang: Công Nguyễn
Nhân Ảnh xuất bản 2023
ISBN: 9781990434624

LẠP CHÚC NGUYỄN HUY
Với Sự Cộng Tác Của
XUÂN TÀM

Văn Hóa Ẩm Thực Việt

文化飲食越

NHÂN ẢNH 2023

TÁC PHẨM CỦA
Lạp Chúc Nguyễn Huy

■ SÁCH ĐÃ IN

1. VĂN HÓA VIỆT

- 2023 Văn hóa ẩm thực Việt, Nhân Ảnh XB
- 2022 Nội chiến văn hóa Bắc Nam 1975-1986 trên đất Việt, Nhân Ảnh XB[1]
- 2022 Định hình văn hóa Việt, Nhân Ảnh xuất bản[2]
- 2022 Chuyện lạ nước Việt, Nhân Ảnh xuất bản
- 1994 Văn Hóa Việt, Nắng Mới xuất bản, Canada.
- 1992 Religion et adaptation: les réfugiés vietnamiens au Canada, Université Laval, Canada. *
- 1990 Fleur de lotus et feuille d'érable, La vie religieuse des Vietnamiens du Québec, Université Laval, mars 1990*
- 1988 Exile in a cold land, a Vietnamese community in Canada, Yale Center, U.S.A.*
- 1984 Les Vietnamiens du Québec: profil sociolinguistique, Centre international de recherche sur le bilinguisme, B.136, Québec
- 1972 Hiện tình kinh tế Việt Nam, 2 tập, Lửa Thiêng xuất bản, Saigon.

2. ĐẠO CAO ĐÀI

- 2023 The philosophy of Caodaism, a bilingual Vietnamese - English edit. Nhân Ảnh XB
- 2019 Lịch sử Hội Thánh Em, Liên Hiệp Hội Thánh Em xuất bản
- 2016 Âm Dương Ẩm Thực, TT Seatlle xuất bản
- 2015 Thiên Thư Tòa Thánh, Viện Nghiên Cứu Đạo Cao Đài USA xuất bản
- 2005 Le Caodaïsme, Théorie des Trois Trésors et des Cinq Fluides, Chân Tâm Publisher, California.
- 1995 Triết Lý Đạo Cao Đài, Minh Thiện xuất bản, Canada.

3. BÀI KHẢO CỨU

- 2008 Des poids et des mesures dans les campagnes du Vietnam, École française d'Extrême-Orient, (Institut de Recherche sur le Sud-Est Asiatique, T.2, Paris*
- 1998 Le Thờ Mẫu, un chamanisme vietnamien? Anthropologie et Société, Université Laval, Québec *
- 1993 De quelques usages du sel dans la culture vietnamienne, Collection Grand Sud N°4, Prince of Songkhla University, Thaïland
- 1990 Le caodaïsme, Fleur de lotus et feuille d'érable, La vie religieuse des Vietnamiens du Québec, Univertsité Laval, mars 1990*
- 1987 Les Vietnamiens à Québec et leurs problèmes d'intégration, Centre international de recherche sur le bilinguisme, publication B-164, Canada *.
- 1985 The survival of the Vietnamese language in Quebec, the Vietnam forum No.6, U.S.A. *
- 1974 Les marais salants de la province de Bạc Liêu, Société des Études indochinoises, T. XLIX.
- 1968 Les formations latéritiques à Bình Dương, Société des Études indochinoises, T. XLIII.
- 1962 Une agglomération de sampans habités à Saigon, C.O.M., T.XV, Bordeaux. *

4. SÁCH SONG NGỮ ANH-VIỆT E-BOOK

- Triết Lý Cao Đài, The Philosophy of Caodaism 239 trang.
- Hệ Phái Cao Đài, The Fractions of Caodaism, 278 Trang.
- Văn hóa Cao Đài, The Culture of Caodaism, 187 trang.
- Thiên Thư Tòa Thánh chú giải, A Holy Book of Caodaism, 147 trang.
- Lịch sử Chi Phái Quốc Doanh, 107 trang.

■ ĐỌC E-BOOK XIN VÀO:

daocaodai.info;
wordpress.daocaodai-chauau.eu;
tusachcaodai.wordpress.com;
LẠP CHÚC NGUYỄN HUY

** Đồng tác giả*
Bán trên Amazon

[1] GS Vĩnh Thế Lâm, cựu giáo sư ĐH Vạn Hạnh và University of Saskatchewan, chuyển sang anh ngữ dưới tựa đề Cultural Civil War Between North and South (1975-1986) In Vietnam, NXB Nhân Ảnh 2022
GS Louis Jacques Dorais, professeur émérite của ĐH Laval, Canada chuyển sang pháp ngữ dưới tựa đề Guerre civile culturelle entre le Nord et le Sud au Vietnam (1975-1986), Nhân Ảnh 2023.

[2] GS Vĩnh Thế Lâm chuyển sang anh ngữ dưới tựa đề Characterizing the Vietnamese culture, Nhân Ảnh, 2022

MỤC LỤC

◆Dẫn Nhập | 11

Phần 1

CƠM VUA | 15

1. Ngự Thiện | 17

2. Khí Âm Dương | 25

3. Nhận Diện Khí Thực Phẩm | 33

4. Khí Mùi Vị | 39

Phần 2

THỰC DỤNG CỦA VĂN HÓA ẨM THỰC | 47

5. Tạng Khí | 49

6. Áp Dụng Khí Ẩm Thực | 59

Phần 3

ẨM THỰC TRONG THỂ TÂM LINH | 69

7. Cơm Cúng | 73

Phần 4

ẨM THỰC VÀ TÔN GIÁO | 87

8. Cơm Chay | 89

•Phụ Lục 1: Khí Trái Cây | 107

•Phụ Lục 2: Văn Hóa Trong Món Ăn | 111

•Phụ Lục 3: Cơm Nhà | 117

•Phụ Lục 4: Đôi Đũa | 121

•Phụ Lục 5: Các Chất Phụ Gia | 133

•Phụ Lục 6: Yến Tiệc Trong Cung Vua Triều Nguyễn | 143

•Thư Mục | 149

DẪN NHẬP

Ngày 12-13 tháng 9 năm 2019, diễn đàn thế giới UNESCO họp tại nước Ý thảo luận về Văn hóa và Ẩm thực. Theo UNESCO, trong mỗi dân tộc, ẩm thực cổ truyềnliên quan đến chọn lựa thực phẩm, chế biến thành món ăn ngon đã tạo nên di sản văn hóa vật thể (tangible) và vô vật thể (intangible) biểu tượng cho bản sắc văn hóa và niềm hãnh diện của mỗi dân tộc. Ngày nay văn hóa ẩm thực địa phương đã vượt biên giới quốc gia và lục địa trở thành hành lang hỗ tương văn hóa giữa các dân tộc. Vì vậy mà ông Ernesto Ottone, phó tổng giám đốc UNESCO nói: "Đầu tư vào di sản văn hóa và ẩm thực liên kết với văn hóa làm tăng cường sự bao hàm cả xã hội, sự phát triển kinh tế, an sinh và giúp cho chương trình của UNESCO đạt được mục đích vào năm 2030[3]".

Nhất là trước sự bành trướng của ngành du lịch trên khắp thế giới, văn hóa ẩm thực vừa là một yếu tố thu hút du khách với các món ăn ngon lạ, vừalà cánh cửa dễ mở nhất nhìn vào văn hóa của một dân tộc đến thăm trong những cuộc du lịch khám phá văn hóa. Vậy văn hóa ẩm thực là gì?

Văn hóa ẩm thực là một hệ thống biểu tượng những tập quán và khẩu vị của một dân tộc giúp cho các thành viên nhận diện được qua ẩm thực, **bản sắc văn hóa**[4] của mình thuộc về dân tộc đó.

[3] "Investir dans le patrimoine culturel et les pratiques alimentaires liées à la culture renforce l'inclusion sociale, le développement économique et le bien-être, et permet de répondre aux défis du Programme de l'ONU à l'horizon 2030"

[4] Nhà nghiên cứu văn hóa dân gian Đinh Gia Khánh viết: "Món ăn, cách thức ăn uống ở từng nước, tức quê hương lớn, ở từng làng xóm, tức quê hương nhỏ là biểu hiện của lối sống dân tộc, lối sống địa phương, và bắt rễ sâu xa vào truyền thống lịch sử, **truyền thống văn hóa của dân tộc, của địa phương**. Món ăn là một nội dung quan trọng tạo nên phong vị dân tộc, phong vị địa phương và có tác động không nhỏ vào tâm tư tình cảm, vào cách ứng xử của mỗi tập đoàn người, của mỗi con người".

Văn hóa ẩm thực của một dân tộc được nhận diện qua:

▪ *Những phương thức nấu nướng, chế biến, bày biện món ăn kết hợp với truyền thống, tập tục để tạo ra các món ăn độc đáo biểu tượng cho bản sắc văn hóa của dân tộc.*

▪ *Cách ứng xử của con người lúc ăn uống.*

▪ *Tôn trọng thói quen, tập tục, kiêng kỵ trong ăn uống.*

▪ *Tín ngưỡng, tôn giáo, thí dụ cơm cúng của người Việt theo đạo Ông Bà, cơm chay của tín đồ Cao Đài, Phật giáo.*

Về văn hóa ẩm thực của người Việt, sau khi điểm qua nhiều tài liệu về văn hóa ẩm thực (sách khảo cứu, thuyết trình, hội thảo…), chúng tôi có những nhận xét sau:

▪ *Văn hóa ẩm thực đang phát triển mạnh và theo đường lối của UNESCO có nghĩa chủ yếu của các trung tâm, hiệp hội văn hóa ẩm thực là tìm kiếm, giới thiệu các món ăn độc đáo của mỗi miền, mỗi địa phương nhằm xác nhận bản sắc văn hóa, thí dụ Hà Nội có Trung tâm UNESCO Văn hóa Ẩm thực Việt Nam, UNESCO Center for Vietnamese Gastronomy Culture; Sài Gòn có hôi Hành trình tìm kiếm giá trị Văn hóa Ẩm thực Việt Nam, ẩm thực Huế nổi dậy với cơm cung đình… nhằm giới thiệu văn hóa ẩm thực Việt với ngoại quốc bằng các món ăn độc đáo của bếp Việt.*

▪ *Về khảo cứu, văn hóa ẩm thực đã được đúc kết bởi nhiều tác giả[5] trong nhiều tác phẩm đồ sộ và giá trị nhưng hầu hết tập trung vào mô tả khía cạnh hữu thể của văn hóa ẩm thực (chất liệu và các món ăn độc đáo của các miền) và* ***thiếu sót nhiều khía cạnh văn hóa vô thể của ẩm thực, đó là lý do cuốn sách này ra đời.***

Văn hóa là một sự tích lũy các giá trị tinh thần từ đời này sang đời khác để tạo nên:

▪ *Linh hồn cho mỗi dân tộc.*

▪ *Khuôn mẫu cho việc ứng xử giữa người này với người kia và giữa con người với xã hội.*

---

[5] Nguyễn thị Bảy, Trần quốc Vượng, Văn hóa ẩm thực Việt Nam, Từ điển báchkhoa và Viện Văn Hóa, Hà Nội, 2010;Xuân Huy,Văn hóa ẩm thực và món ăn Việt Nam ,NXB Trẻ, 2000, 837 trang, Trần Quốc Thịnh , Văn Hóa Ẩm Thực Kinh Bắc ,735 trang; Hoàng thị Kim Cúc, Món *ăn* Huế, 2 tập, NXB Phụ Nữ

Trên đường tiến hóa, văn hóa mang tính ***liên tục, kế thừa, lâu dài***. Tính kế thừa của văn hóa có nghĩa là văn hóa Việt vẫn giữ lại nhiều điều của cha ông truyền lại (nên gọi là truyền thống) đồng thời thu nhập những điều hay, tiến bộ của nền văn hóa khác.

Trong văn hóa ẩm thực, người Việt *đã* kế thừa những gì của cha *ông* truyền lại? Ngoài những món *ăn* (Văn hóa hữu thể), chúng ta còn kế thừa 3 loại ẩm thực biểu tượng cho văn hóa vô thể (intangible)[6]:

- ***Ẩm thực theo khí Âm Dương vô hình được tượng trưng bởi cơm vua.***
- ***Cơm cúng tổ tiên và thần thánh biểu tượng cho văn hóa ẩm thực của tín ngưỡng dân gian.***
- ***Cơm chay là một bản sắc văn hóa ẩm thực của tôn giáo Phật và Cao Đài.***

Trước kia, khi khoa học dinh dưỡng của Tây Phương[7] chưa ảnh hưởng đến thì văn hóa ẩm thực trong vùng văn hóa Viễn Đông[8] mang nặng sự kế thừa 3 loại ẩm thực biểu tượng cho văn hóa vô thể ở trên. Mặc dầu ngày nay, Ẩm thực theo khí *Âm Dương* vô hình vẫn còn bàng bạc trong đời sống ẩm thực của dân Việt nhưng, *cơm* cúng tổ tiên, thần thánh và cơm chay vẫn tồn tại như thuở xưa trong phần văn hóa ẩm thực vô thể của văn hóa Việt và là nội dung cuốn sách này được trình bày trong 4 phần:

---

[6] Theo quan niệm UNESCO có 2 loại di sản văn hóa:
- Di sản văn hóa hữu thể (tangible) nhìn thấy được (đình chùa, bài vị và mâm cơm cúng trong ẩm thực…).
- Di sản văn hóa vô hình hay vô thể (intangible) không nhìn, sờ thấy được như câu ca, lễ hội, âm nhạc, thi văn, khí vô hình âm dương trong thực phẩm, tín ngưỡng vong hồn về thụ hưởng cơm cúng…

[7] Khoa dinh dưỡng của Tây Phương rất quan tâm đến số lượng calo cần thiết cho mỗi người, cách tính quân bình và đo lường giữa các chất đạm protid, chất béo lipide, chất đường glucid, sinh tố, chất khoáng, sợi xơ (cellulose), vôi calcium, lân (phosphor), chất ma nhê (magnesium), chất i ốt (iodine), natri (sodium), kali (potassium) v.v.

[8] Vùng văn hóa Viễn Đông bao gồm Trung Hoa, Nhật, Việt Nam, Hàn quốc

■ Phần 1: Cơm vua biểu tượng cho văn hóa ẩm thực của dân gian

Trước nhất tìm hiểu văn hóa ẩm thực trong cơm vua (CH.1) rồi hướng dẫn độc giả:

- Nhận diện khí âm dương (CH. 2)
- Cảm nhận được khí âm dương trong bát *cơm hàng ngày* (CH,3)
- *Khí* của hương vị trong các đồ ăn (CH.4)

■ Phần 2: Ứng dung khí âm dương trong ẩm thực

Qua kinh nghiệm điều chỉnh quân bình khí âm dương của đông y sĩ Xuân Tàm, chúng ta sẽ hiểu cách phòng bệnh của khí gây ra bởi ẩm thưc (CH. 5, 6).

■ Phần 3: Cơm cúng biểu tượng cho văn hóa ẩm thực trong tín ngưỡng dân gian và trả lời câu hỏi tại sao những đĩa ăn bình thường hàng ngày lại trở thành vật linh khi làm cơm cúng thần thánh? (CH.7)

■ Phần 4: Cơm chay mang tính bản sắc tôn giáo là phương tiện dẫn dắt linh hồn của tín đồ phật giáo và Cao Đài sau khi qui tiên? (CH. 8)

Sau cùng, tác giả mong nhận được ý kiến, phê bình của độc giả để cuốn sách được hoàn chỉnh hơn nếu được tái bản.

Phần 1

CƠM VUA

Biểu Tượng Văn Hóa Ẩm Thực Của Dân Gian

Văn hóa là linh hồn của một dân tộc do chính con người tạo ra để làm khuôn mẫu cho việc ứng xử trong mọi sanh hoạt của xã hội, trong đó có cả văn hóa ẩm thực của vua làm khuôn mẫu cho nhân dân. Vậy muốn hiểu văn hóa ẩm thực của người dân, chúng ta có thể tìm hiểu ẩm thực của vua Nguyễn ngày xưa.

Ngày nay, ảnh hưởng văn hóa ẩm thực của vua tuy không sâu đậm như xưa nhưng vẫn còn bàng bạc trong ẩm thực dân gian thí dụ như khi chúng ta thường nói với nhau:

- *Ăn thịt vịt luộc nhớ pha nước mắm gừng nhá!* (có nghĩa để quân bình khí âm lạnh của vịt với khí Dương nóng của gừng).
- *Khi thấy con cháu say sưa ăn nhiều sầu riêng, nhãn... bà ngoại có kinh nghiệm ẩm thực sẽ nói "coi chừng nóng đấy!"* (Có nghĩa hai trái cây này rất Dương tức nóng, nếu ăn nhiều các bệnh Dương khí trong người như trĩ, bứt rứt trong người, khó ngủ... sẽ nặng thêm).

Khi tìm hiểu cơm vua, chúng ta sẽ gặp rất nhiều ảnh hưởng của khí thực phẩm như trên. Vì vậy sau bài cơm vua, chúng ta sẽ cùng nhau tìm hiểu:

- *Cách nhận diện được khí Âm Dương trong thực phẩm.*
- *Tạng khí hàn hay nhiệt.*
- *Tổ chức các món ăn thành một "phương thang" có công dụng quân bình khí âm Dương để phòng bệnh.*

1

NGỰ THIỆN

Bữa ăn của vua gọi là *"Ngự Thiện"* (御 *ngự: thuộc về vua,* 善 *thiện: bữa ăn).* Trên mâm cơm vua, chúng ta nhìn thấy:

- *Văn hóa hữu hình, hữu thể qua đỉnh nghệ thuật nấu nướng của đội ngự thiện và qui tụ thức ngon vật lạ nhất trong nước qua các đồ tiến vua.*
- *Văn hóa vô hình, vô thể của ẩm thực Việt được đảm trách bởi các quan thái y cho nên cơm vua được tổ chức như một phương thuốc phòng bệnh bằng giữ thăng bằng khí* **âm** *dương giữa các nguyên liệu thực phẩm và giữa ngự thiện với tạng khí của vua.*

Tổ Chức Cơm Vua

Nấu cơm cho vua được đảm trách bởi Nội Trù thuyền *(năm 1802)*, đổi là Tư Thiện đội *(1808)* rồi sau cùng là Thượng Thiện đội dưới thời Minh Mạng[9]. Năm 1886, bác sĩ Hocquard[10] được phép thăm viếng hoàng cung có kể qua nhà bếp của vua gồm 100 người. *"Mỗi ngày mỗi người được phát 30 quan tiền kẽm để đi chợ để mua đồ nấu một món ăn... Ngoài đội nấu ăn có 500 người săn thú vật, 50 người bắn chim, 50 người đánh cá, 50 người bắt tổ yến, 50 người chuyên pha chế nước trà[11]..."*

[9] Bên cạnh đội Thượng Thiệncó:
- viện Thượng Trà chuyên trách việc cung cấp đồ uống cho vua .
- Đội Phụng Thiện lo ẩm thực của Hoàng Thái Hậu, mẹ vua tại cung Từ Thọ (Diên Thọ),
- Ty Lý thiệnchuyên lo việc yến tiệc, kỵ giỗ của hoàng gia.

[10] Charles Edouard Hocquard, *Une campagne au Tonkin*, Arlea tr. 605-607

[11] Năm 1886, Hocquard và Baille được vào thăm viếng Hoàng cung đưa ra những con số khác nhau vì được hướng dẫn bởi hai người khác nhau.

Dưới triều nhà Nguyễn, vua ăn cơm gọi là Ngài ngự thiện, bữa ăn của vua gọi là "*Ngự Thiện*" *(御 ngự: thuộc về vua, 善 thiện: bữa ăn)* gồm 35 món[12] gọi là *"Phẩm Vị"* *(品 Phẩm, 味 vị: nếm mùi vị)* được nấu nướng bởi một đội *"Thượng Thiện"* *(上 thượng: ở trên; 善 thiện: bữa ăn)* gồm 50 người, mỗi người phụ trách một món tùy theo sở trường của mình. Nấu nướng xong, nghe chuông rung thì sắp xếp thức ăn vào quả sơn son thếp vàng, giao lại cho thị vệ. Thị vệ chuyển cho thái giám đệ trình lên các bà nội cung tiến dâng ngự thiện.

Khi vua ngự thiện, bát đũa chén phải bày ngay ngắn, cả đến khúc cá rán, khoanh giò lụa cũng phải cắt cho vương vắn. Trừ vua Duy Tân và vua Bảo Đại, vua ngự thiện một mình, nếu có quan ngồi hầu chuyện thì gọi *"chầu thiện"*, nếu có quan ngồi ăn một mâm riêng do vua ban thì gọi là vua *"ban thiện"*

Văn Hóa Hữu Thể: Nguyên Liệu

Với nguyên liệu dùng để biến chế các món ăn cung đình từ sơn hào hải vị, yến sào, vây cá, gân nai, bào ngư v.v.còn có thêm các đồ cung tiến[13]. Hiện nay, các đồ tiến vua vẫn còn tìm thấy ở địa phương, thí dụ như:

▪**Động vật**

Gà Đông Tảo *(Đông Cảo)* còn gọi gà tiến vua là đặc sản của làng Đông Tảo, H. Khoái Châu, Hưng Yên, cổ chân có vảy lớn *(vảy rồng)* để làm món đặc biệt.

Gà 9 cựa được tiến vua từ thời vua Hùng *(Theo truyền thuyết)*. Xã miền núi Xuân Sơn *(huyện Tân Sơn tỉnh Phú Thọ)* là nơi được

[12] Đầu tháng 5 năm 1886, Frédéric Baille cùng Khâm sứ Vial vào Hoàng cung chào mẹ vua Đồng Khánh và kể lại rằng mỗi bữa ăn có 50 món khác nhau do 50 đầu bếp nấu.

[13] Năm 2008, dựa trên các tư liệu lịch sử, Trung tâm Bảo tồn Di tích Cố đô Huế đã xây dựng kịch bản tổ chức tái hiện lễ Cung tiến thanh trà. Theo kịch bản, lễ cung tiến sẽ gồm các bước sau:

- Lễ cáo được cử hành tại đình Lương Quán,
- Lễ rước từ đình Lương Quán xuống bến Phủ ở sông Hương (7 thuyền chở hoa quả và người dân có sản phẩm cung tiến) và 1 thuyền chở ban tổ chức.
- Lễ tiếp nhận diễn ra ngay tại cửa Ngọ Môn gồm các lễ sau: Lễ thướng hương, Lễ thướng tửu, Lễ thướng quả, Lễ nhận quả, Minh biểu thành tâm (Lễ đáp lòng thành)

cho là nguồn gốc của giống gà 9 cựa[14] trong truyền thuyết Sơn Tinh - Thủy Tinh

Sâm cầm *(Fulica atra)* là một loài chim thiên di thuộc họ Gà nước *(Rallidae)* của vùng hồ Tây, Hà Nội, được coi là đặc sản dâng lên cho vua nên có câu: *Cá rô Đầm Sét*[15]*, sâm cầm Hồ Tây.*

Cá anh vũ *(Semilabeo notabilis)*, đặc biệt môi sụn dày để ngậm vào đá, ăn rêu chỗ nước chảy mạnh. Nơi sinh sống của cá anh vũ là khu vực thượng lưu hệ thống sông Hồng, sông Kỳ Cùng và sông Lam *(các tỉnh Yên Bái, Phú Thọ, Hòa Bình, Lạng Sơn)*. Theo tương truyền địa phương, tục tiến vua cá này có từ thời Hùng Vương.

Sâm cầm

Cá anh vũ

Gà Đông Tảo

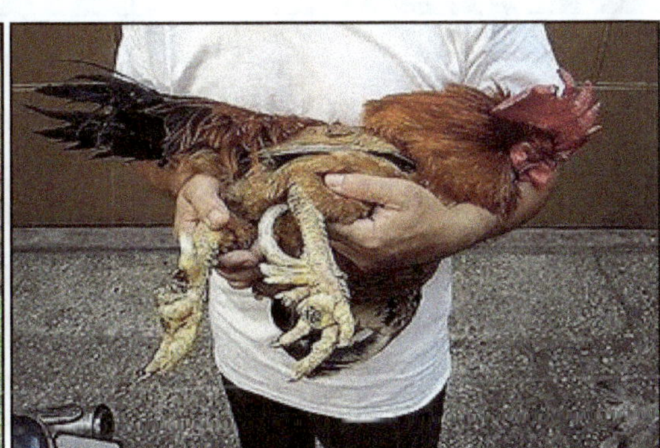

Gà 9 cựa vùng Phú Thọ

[14] Gà chín cựa được nhắc đến trong truyền thuyết Sơn Tinh - Thủy Tinh như là một sính lễ mà Vua Hùng đòi hỏi để cầu hôn nàng My Nương cùng với voi chín ngà và ngựa chín hồng mao.[1] **"Voi 9 ngà, Gà 9 cựa, Ngựa 9 hồng mao"**

[15] Cá rô Đầm Sét, xã Xuân Thiên, h. Thọ Xuân, t. Thanh Hóa cũng là món tiến vua xưa kia

▪Thực vật

Hồng Hạc Trì có nguồn gốc ở xã Bạch Hạc *(nay là phường Bạch Hạc, thành phố Việt Trì, Phú Thọ).*

Nhãn lồng phố Hiến *(Hưng Yên)* được biết tới từ khoảng thế kỷ 16.

Cốm làng Vòng là một đặc sản tiến vua của làng Vòng *(thôn Hậu)* cách trung tâm Hà Nội khoảng 5–6 km, nay là phường Dịch Vọng, quận Cầu Giấy, Hà Nội.

Chuối ngự Nam Định với câu nói *"Đọc thơ Tú Xương ăn chuối ngự"*.

Mía Kim Tân, Thanh Hóa là tên gọi có từ xa xưa, là vật tiến vua hằng năm,

Xoài chùa Đá Trắng ở Phú Yên, cây xoài đã có tuổi đời trên hai thế kỷ,

Vải thiều Lục Ngạn thuộc tỉnh Bắc Giang.

Chuối Ngự Nam Định | *Nhãn lồng Hưng Yên* | *Hồng Hạc Trì Phú Thọ* | *Mía Kim Tân Thanh Hóa*

▪Gạo

Gạo de An Cựu *(Huế)*, gạo tám xoan Hải Hậu ở Nam Định. Cơm nấu bằng gạo Ngự Túc *(Ngự 御: của vua; Túc 玉: gạo)* do bộ Công cung tiến thường là gạo *"de"* trồng tại đồng An Cựu [16] thuộc kinh thành Huế.

Lượng gạo vua dùng mỗi bữa được cân đúng lượng. Bữa nào vua ăn không ngon miệng thì ngài gọi Thái Y vào. Thái Y pha thuốc và uống thử trước mặt vua trước khi đưa cho vua dùng. Gạo đức vua dùng phải thật trắng và chọn lựa từng hạt, nấu trong nồi đất, mỗi lần nấu xong thì đập bỏ.

---

[16] *Tôm càng bóc vỏ bó đuôi, Gạo de An Cựu em nuôi mẹ già. Kim Luông tươi tốt vườn chè, Gạo de An Cựu, đĩa muối mè cũng theo nhau*

▪Nước

Nước dùng cho ẩm thực cung đình lấy từ giếng Hàm Long chùa Báo Quốc, giếng Cam Lồ dưới núi Thúy Vân hoặc từ thượng nguồn sông Hương. Vua chỉ uống nước đã được chưng cất cẩn thận hoặc uống một loại rượu hạt sen ướp hương liệu.

Văn Hóa Vô Thể Trong Cơm Vua

Định hình văn hóa ẩm thực của cơm vua cũng dựa trên quan niệm văn hóa của UNESCO gồm 2 phần sau:

▪ *Văn hóa hữu hình là những của ngon vật lạ nhất nước với tục lệ tiến vua, và những món ăn thơm ngon do tài nấu nướng của đội thượng thiện,*

▪ *Văn hóa vô hình là tổ chức cơm vua dựa trên 2 yếu tố vô hình là **khí âm** và **khí dương** trongthực phẩm.*

Xưa kia, cũng như tại các nước trong vùng văn hóa Viễn Đông, người Việt dựa trên khoa học quan sát *(science d'observation)* để hành xử, thí dụ như trong ẩm thực người ta quan sát thấy đồ ăn nào làm phát ra hiện tượng nóng trong cơ thể *(thí dụ, quế, gừng, rượu…)* thì gọi là đồ ăn dương, ngược lại là thức ăn âm[17]. Dựa trên quan sát tính âm *(mát, lạnh)* và tính dương *(ấm, nóng)* của thực phẩm được truyền từ ngàn năm trước trong vùng văn hóa Viễn Đông mà đội Thượng Thiện và các quan Thái Y tổ chức cơm vua với mục đích bổ dưỡng và phòng bệnh. Vì vậy mà trong cung đình, ẩm thực không chỉ đơn thuần là việc chuẩn bị bữa ăn một cách cầu kỳ từ những nguyên liệu ngon, quý hiếm mà điều quan trọng

[17] Quan sát khí âm dương bắt nguồn từ Kinh Dịch Cách đây khoảng 5000 năm, các cao nhân quan sát vũ trụ bao quanh mà nhận xét thấy có hiện tượng khí từ trên trời đi xuống như ánh sáng, gió… và khí từ đất bốc lên như hơi nước. Hai luồng khí lên xuống giao nhau không ngừng nghỉ mà sanh ra các hiện tượng vật chất hữu hình trên thế giới. Các cao nhân vẽ một gạch thẳng tượng trưng cho khí dương từ trời đáp xuống, một gạch đứt đoạn biểu tượng khí âm đi lên từ đất. Hai gạch âm dương tác động lên nhau mà sanh ra các hiện tượng mà ta quan sát được trong vũ trụ.Và cũng từ hai gạch âm dương mà các cao nhân đã viết nên quyển Kinh Dịch không chữ viết diễn tả tiến trình của đời người trong đại vũ trụ. Nay, muốn tìm hiểu phần vô hình tức khí của thực phẩm, chúng ta phải dùng phương pháp tìm hiểu âm dương của người xưa là **QUAN SÁT** rồi **CẢM NHẬN**

trong bữa ăn là mỗi món được xem như một vị thuốc nhằm điều hòa khí âm dương.

Phương thang

Mỗi bữa ngự thiện là một *"phương thang"* duy trì sức khỏe, tránh hoặc chữa bệnh cho vua bằng dựa trên phương pháp giữ thăng bằng khí âm dương giữa các thực phẩm và giữa thực phẩm với tạng khí *(hàn hay nhiệt)* của vua. Công việc này được phụ trách bởi:

- *Đội Thượng Thiện phải chịu nhiều "điều cấm" để bảo đảm an toàn trong việc ăn uống và đặt dưới sự giám sát của viện Thái Y*[18],
- *Viện Thái Y*[19] *trách nhiệm việc tổ chức các món ăn trong mỗi bữa thành một "phương thang" để vừa bổ dưỡng, vừa phòng bệnh.*

Cách điều trị bằng quân bình khí âm dương thì gần như **bất biến** từ xưa đến nay, có nghĩa là các quan Thái Y điều trị ngày xưa thế nào thì nay đông y sĩ cũng làm như vậy. Phương pháp giữ quân bình âm dương đều dựa nguyên tắc căn bản là theo lý thuyết âm dương, ***khí của các thực phẩm phải được giữ thăng bằng với nhau và với tạng khí*** *(nhiệt, hàn)* ***của người tiêu thụ***.

Muốn thực hiện môt phương thang cho cơm vua, ngoài việc hiểu biết về y dược, quan Thái Y còn phải hiểu rõ các điều sau:

1) Nhận diện được thực phẩm dương và thực phẩm âm.

Thực phẩm dương gây nóng như quế, gừng, tiêu, nhãn, vải,

[18] Chiều ngày 26.4.2018, tại vườn Thiệu Phương - Đại Nội, Huế, triển lãm "Thái Y Viện triều Nguyễn giới thiệu gần 50 phiên bản Châu bản, Mộc bản triều Nguyễn nhằm cung cấp những thông tin giá trị liên quan đến Thái Y Viện triều Nguyễn

[19] Những biện pháp dự phòng và những hình phạt xử lý: "*Phàm việc pha chế thuốc của vua, mà làm không đúng phương thức và gói lại đề chữ sai lầm, thầy thuốc* (làm việc ấy) *phải phạt 100 trượng, dùng dược liệu lựa chọn không tinh phải phạt 60 trượng. Nếu làm cơm cho vua lầm thức gì phải kiêng, thì người nhà bếp phải phạt 100 trượng. Những thức ăn uống làm không sạch sẽ, phải phạt 80 trượng; chọn lầm không được tinh tường, phải phạt 60 trượng;* (người sắc thuốc, làm cơm cho vua) *không nếm trước các thứ ấy, phải phạt 50 roi; các quan giám lâm, đề điệu đều được giảm nhẹ hơn người làm thuốc, người đầu bếp 2 bậc. Nếu quan giám lâm, đề điệu và người nấu bếp lầm lỡ đem các vị thuốc đến nơi làm cơm của vua, thì phải phạt 100 trượng, đem những vị thuốc ấy bắt phải uống*"

soài, mít, dứa khóm; thực phẩm âm có khí mát lạnh như bào ngư, sứa biển, hải sâm, rùa, tôm, cá… Từ hiểu biết này mà quan Thái Y:

Quân bình khí âm Dương trong các món ăn. Thí dụ chè long nhãn *(hột sen rất Âm nhồi trong nhãn nhục rất Dương)*, bào ngư, thịt vịt *(rất Âm)* chấm với gừng *(rất Dương).*

Điều chỉnh khí thực phẩm với khí hậu mỗi mùa. Mùa hè nóng như thiêu như đốt mà dâng lên phẩm vị đầy khí dương nóng như ớt, tiêu, gừng, thịt dê, rượu… thì sẽ làm cho vua phát nhiệt, nhiệt có thể biến thànhhỏa làm vua khó ngủ, bứt rứt. Có nghĩa mùa hè oi bức thì phải dâng vua phẩm vị mát như rau trái, chè sen…

2) Thấu hiểu tạng khí của vua.

Cơ thể có hai tạng khí chính mà chúng ta cần biết: Tạng nhiệt và tạng hàn.

- *Tạng nhiệt có da nóng đỏ, môi nứt, hay đổ máu cam, mồ hôi, bên trong thì có triệu chứng khí âm khô kiệt như táo bón, khát nước,*
- *Tạng hàn bởi già yếu, dâm dục quá, sau bệnh nặng.*

Từ quan sát tạng khí của vua *(hàn hay nhiệt)*, tạng phủ nào suy nhược, Thái Y chọn trước các vật liệu thuộc âm hay dương cấu tạo món ăn *(phẩm vị)* thành một *"Phương thang"* hạp với tạng khí của vua, thuận với khí hậu hàn nhiệt… Thí dụ:

Nếu vua có tạng khí nhiệt với triệu chứng môi, lưỡi đỏ và sưng, rêu lưỡi vàng, táo bón khó ngủ, chảy máu cam, trĩ, mụn đỏ, nhọt chứa mủ v.v. mà cứ cho vua ăn uống đồ nóng như rượu, quế, soài, nhãn thì bệnh nhiệt sẽ nặng thêm. Vì vậy mà quan Thái Y chọn lựa vật liệu âm tính như rau xanh, trái mát và ngừng hay giảm thiểu vật liệu dương tính như gia vị tiêu ớt, rượu…

Nhận thấy vua có tạng khí hàn vì thận khí của vua suy nhược bởi tuổi tác hay tửu sắc quá độ, quan Thái Y sẽ bổ khí thận dương như uống sâm, rượu thuốc, uống nước nóng, uống vừa đủ cho cơ thể.

Hy vọng văn hóa ẩm thực của cơm vua sẽ lam cho chúng ta suy nghĩ sau khi khám bác sĩ, thử nghiệm máu, tiểu, phân, kết quả đều tốt, ẩm thực dinh dưỡng theo đúng lời khuyên của bác sĩ mà bạn vẫn có triệu chứng này triệu chứng khác thì đừng chỉ nghĩ rằng *"tôi ăn uống đầy đủ đúng theo khoa học dinh dưỡng, nghe lời bác sĩ tập thể dục điều hòa..."* là đủ mà bạn hãy thử nghĩ đến khí âm dương trong bát cơm hàng ngày và tìm hiểu đặc biệt khí âm dương trong thực phẩm *(chương 2, 3, 4)* và Tạng khí *(chương 5)*.

2

KHÍ ÂM DƯƠNG

Phương pháp dinh dưỡng tây phương chú trọng đến số lượng calo[20], chất béo, chất đường, chất đạm, sinh tố đủ loại… mà chẳng quan tâm đến phía bên kia của những yếu tố vật chất hữu hình đó còn có sự hiện diện của yếu tố vô hình là "***khí thực phẩm***" trong chén cơm hàng ngày của chúng ta. Phát triển và nuôi dưỡng xác thân để phát huy sức lực thể xác tức phần hữu hình, chúng ta có thể dựa vào các công trình khảo cứu dinh dưỡng rất đầy đủ của tây phương.

Còn nuôi dưỡng phần vô hình là thể khí trong cơ thể như các quan ngự y lo cho *"cơm vua"*, chúng ta phải quay về đông phương để tìm hiểu khí thực phẩm. Phương pháp ẩm thực lý tưởng là phối hợp cả hai phương dinh dưỡng Đông-Tây.

Trong mỗi thực phẩm đều chứa 2 phần: phần hữu hình *(âm)* và phần vô hình *(dương)*.

Phần hữu hình, vật chất tức phần âm của thực phẩm do khí âm tạo nên là trọng tâm các nghiên cứu khoa học thực nghiệm về ẩm thực trên thế giới. Phần này được các khoa học thực phẩm nghiên cứu chính xác và khá đầy đủ và cho chúng ta biết mỗi thực phẩm thí dụ như trái táo cho chúng ta bao nhiêu calo/100g, số lượng nước, sinh tố, chất dinh dưỡng, và có thể chống bệnh gì…

[20]1 calo (chữ c không viết hoa) là đơn vị tương ứng với số nhiệt cần thiết làm cho 1gr nước tăng lên 1 độ.

Phần vô hình tức là phần khí. Khí có mặt âm và mặt dương[21] vô hình làm động cơ cho phần âm hữu hình *(huyết)* di chuyển để cấu tạo và nuôi dưỡng xác phàm. Chúng ta chỉ quan sát và cảm nhận được phần vô hình qua phản ứng của khí thực phẩm trong cơ thể sau khi qui nạp. Khi đọc cuốn sách này, xin độc giả tạm quên các hiểu biết khoa học thực nghiệm mà chú trọng đến phần khí vô hình trong thực phẩm bằng cách cùng với tôi áp dụng phương pháp quan sát và cảm nhận khí vô hình của người xưa, rồi sau đó tự làm thí nghiệm trên chính cơ thể của mình để kiểm nhận sự hiện diện và tác động của khí vô hình trong cơ thể.

Để diễn tả ý nghĩa Khí, chữ nho Khí 氣 gồm:

- Chữ 气 chỉ hình ảnh hơi nước bốc lên và biến thành vô hình trong không khí,
- Chữ mễ 米 chỉ bó ngũ cốc.

Đó là hình ảnh nếu đốt ngũ cốc *(thực phẩm)* sẽ cho khí vô hình.

Cách đây khoảng 5000 năm, các cao nhân quan sát vũ trụ bao quanh mà nhận xét thấy có hiện tượng khí từ trên trời đi xuống như ánh sáng, gió... và khí từ đất bốc lên như hơi nước. Hai luồng khí lên xuống giao nhau không ngừng nghỉ mà sanh ra các hiện tượng vật chất hữu hình trên thế giới. Các cao nhân vẽ một gạch thẳng ▬▬ tượng trưng cho khí dương từ trời đáp xuống, một gạch đứt đoạn ▬ ▬ biểu tượng khí âm đi lên từ đất. Hai gạch âm dương tác động lên nhau lưu chuyển không ngừng nghỉ tuân theo các luật âm dương[22] mà sanh ra các hiện tượng mà ta quan sát được trong vũ trụ.

[21] Chữ dương 陽 gồm hai phần: bên trái là bộ phụ là núi đất, bên phải có chữ nhựt日 nhật là mặt trời đứng trên hàng ngang, ý nói mặt trời đã mọc lên khỏi đường chân trời, bên dưới là chữ vật物 vậtvẽ hình các tia sáng rọi xuống; Chữ âm 陰 , bên trái có bộ phụ là núi đất, bên phải phía trên là chữ kim 金 có hình như cái nóc nhà, bên dưới chữ vân雲 mây ý nói che khuất

[22] **Luật âm dương**

Luật Hỗ căn. Từ một gốc Thái Cực mà ra nên trong âm có dương, trong dương có âm có nghĩa là mỗi thực vật đều chứa khí âm dương, có khác chăng là thực vật này thì thịnh âm, thực vật kia thì thịnh dương; dựa vào khác biệt này mà ta phân định thực vật âm với thực vật dương.

Luật Hỗ tương. Tuy đối lập, mâu thuẫn nhau nhưng lại chế ước và đấu tranh lẫn nhau để lập quân bình hài hòa. Cho nên khí âm dương vận hành theo luật tiêu trưởng không ngừng chuyển hóa lẫn nhau tạo thành một vòng dinh, hư, tiêu, trưởng có nghĩa là đến cực âm chuyển sang dương, đến cực dương thì chuyển sang âm, tuần hoàn như ngày và đêm, bốn mùa trong năm. Điều này giúp ta hiểu được chuyển biến khí âm dương trong thực vật như lấy trái soài làm thí dụ cụ thể. Trái soài khi còn xanh thì không mùi và chua (khí âm) chuyển dần sang vị ngọt và mùi thơm (khí dương thịnh). Đến khi chín quá

Từ hai gạch biểu tượng âm dương mà các cao nhân diễn tả luật âm dương làm động cơ cấu tạo thế giới như Kinh Dịch chỉ dạy.

Tiếp theo, các cao nhân quan sát khí âm dương và các hiện tượng xuất hiện trong chính cơ thể của mình thì cảm nhận thấy con người là hình ảnh đại vũ trụ để đi đến kết luận con người là tiểu vũ trụ.

Và cũng từ hai gạch âm dương mà các cao nhân đã viết nên quyển Kinh Dịch không chữ viết diễn tả tiến trình của đời người trong đại vũ trụ.

Nay, muốn tìm hiểu phần vô hình tức khí của thực phẩm, chúng ta phải dùng phương pháp tìm hiểu âm dương của người xưa là **QUAN SÁT** rồi **CẢM NHẬN**.

Cảm Nhận Được Khí

Trong cơ thể mỗi người đều có luồng khí di chuyển cùng với máu trong động mạch và tĩnh mạch tạo thành cặp âm dương: huyết *(âm)* nuôi dưỡng các tế bào của cơ thể, khí *(dương)* là động cơ chuyển động của máu. Cho nên có câu: "*Khí tới* đâu, *máu tới* đó". Khí huyết lưu chuyển lên xuống, ra vào không ngừng nghỉ cho đến lúc chết. Khí huyết ví như chiếc xe đi nuôi dưỡng cơ thể, khí là động cơ, huyết là dầu xăng *(Tinh)*. Nếu không có khí thì huyết ngừng đọng, là lúc khí thoát khỏi xác phàm *(chết)*, thì máu vẫn còn đó nhưng ngừng chảy vì thiếu khí làm động cơ.

(dương cực thịnh), lại không chuyển sang khí âm được nên trái soài hư thối vì không tuân theo luật tiêu trưởng hỗ trợ nhau tái lập quân bình âm dương. Điều này sẽ giúp ta hiểu nội dung các chương sau giải thích tại sao phải tái lập quân bình khí âm dương, nếu không thì sanh bệnh vì thiếu sự hỗ tương âm dương để tái lập quân bình.

Luật tương đối. Nhìn khí âm dương giữa 2 vật, ta phải nhìn một cách tương đối; thí dụ 2 chén nước nóng đều là dương, nhưng chén nước nóng 80 độ lại là âm so với chén nước bên cạnh nóng 100 độ. Nhìn một miếng thịt bò, phần thịt là dương thịnh (màu đỏ) so với phần âm là mỡ. Củ cà rốt là thực phẩm dương nhưng là âm nếu để bên cạnh củ gừng.

Nếu quan sát một thực vật, ta phải nhìn khí âm dương trong thực vật đó như hai mặt của một tờ giấy để biết mặt dương thịnh hay thiếu so với mặt âm, hoặc ngược lại. Nhìn một trái chanh, vỏ chanh chứa tinh dầu nên rất dương, trong khi đó nước của múi chanh rất âm.

Cảm nhận khí qua nhiệt độ

Theo lý thuyết âm dương, khí biểu lộ qua nhiệt độ. Nóng ấm là khí dương, mát lạnh là khí âm. Thí dụ sau khi ăn uống thực phẩm chứa nhiều khí dương *(rượu, quế, ớt...)* người bốc nóng tức là ta cảm nhận được khí dương đó. Muốn làm cơ thể mát trở lại thì uống một ly nước chanh lạnh hay ăn dưa hấu... là cảm thấy khí âm mát trong người.

Cảm nhận khí qua huyết

Trong cơ thể khí huyết là cặp âm *(huyết)* dương *(khí)* nên ẩm thực là dinh dưỡng khí huyết tức cả thể xác lẫn thể khí. Hai thể không thể tách rời nhau được lúc con người còn sống và chỉ phân ly khi xác phàm chết.

Lúc sống, cặp khí huyết có thể giúp ta nhìn thấy khí vô hình qua hiện trạngmàu sắc của máu hiện ra trên da. Mặt hồng hào biểu hiệu khí huyết tốt nhưng đỏ ké bất thường là triệu chứng khí bốc lên, có thể nguy hiểm *(stroke, ACV)* thí dụ như lúc uống rượu hay lúc áp xuất máu cao nhất là ở người cao tuổi.

Đứng lâu ngoài trời nắng hay lạnh, là cảm thấy khí dao động qua màu sắc của huyết trên da: màu đỏ là khí bốc ra ngoài, màu xanh mét vì lạnh là dấu hiệu khí rút vào trong.

Cảm nhận khí qua mùi vị

Khí âm dương của thực phẩm biểu hiện qua hương vị mà mũi và lưỡi cảm nhận được. Hương có ngũ hương *(hôi mốc, khét cháy, thơm, khai, thối)* là khí dương nên bốc lên trời do mũi ngửi thấy. Vị có ngũ vị *(chua, cay, mặn, ngọt, đắng)* là khí âm sinh ra từ khí của đất và được lưỡi nếm nhận được.

Cảm nhận khí qua đau nhức

Con người sao chẳng có lúc đau chỗ này chỗ kia, mà khám nghiệm y khoa, thử nghiệm đủ thứ mà không tìm ra nguyên nhân nào cả. Tuy vô căn theo khoa học, nhưng cái đau đó có thể là do: khí yếu *(chứng hư)*, khí bế *(chứng thực)*; vì vậy mà đôi khi xoa bóp, cạo gió, xức dầu nóng, ngải cứu, châm cứu có thể hết đau vì khí lưu thông.

Khí Âm Dương Trong Thực Phẩm

Trong trời đất, thảo mộc và động vật hấp thụ tự nhiên khí âm dương tạo nên thực phẩm cho loài người. Mỗi thực phẩm đều chứa sẵn khí âm dương nguyên thủy của trời đất. Ẩm thực của con người là nhằm qui nạp khí âm dương đó.Tùy theo môi trường phát triển, khí thực phẩm có các khuynh hướng qui nạp nhiều nhiệt độ nóng hoặc ấm *(thực phẩm dương)*, hoặc nhiều nhiệt độ mát hay lạnh *(thực phẩm âm)* của trời đất, giữa hai khuynh hướng trên là thực phẩm quân bình âm dương chiếm nhiều nhất về số lượng.

Ở trạng thái tự nhiên, mỗi thực phẩm đều có 2 cực khí: Cực âm gốc là đất hướng về nhiệt độ mát lạnh và cực dương gốc là trời nên thiên về nhiệt độ ấm nóng. Cường độ phân phối nhiệt độ giữa hai cực là tiêu chuẩn ấn định thực phẩm âm hay dương. Thí dụ, cường lực cực dương mạnh hơn cực âm thì sẽ cho thực phẩm dương hoặc ngược lại.

Đến đây, chúng ta cùng nhau áp dụng phương pháp kiểm nghiệm khí âm dương rồi sau đó tự làm thí nghiệm trên chính cơ thể của mình để kiểm nhận sự hiện diện và tác động của khí vô hình trong cơ thể.

Phương pháp kiểm nghiệm khí

Muốn cảm nhận dễ dàng khí âm dương trong thực phẩm, việc thử nghiệm phải dựa trên các điều kiện sau:

- *Chọn thực vật thí nghiệm là những thực phẩm thịnh dương (rượu, quế ớt...) và thịnh âm (nước lạnh, dưa hấu...).*
- *Hấp thụ một số lượng thực vật nào đó đủ làm cho con người cảm nhận được khí.*

Khí âm dương trong thực phẩm mà ta có thể cảm nhận được là nhờ cảm giác nhiệt độ và di chuyển của khí.

Khí dương thực phẩm cho ta cảm giác:

- *Nhiệt độ nóng hay ấm.*
- *Hướng khí bốc lên đầu (trời) và xuất ra ngoài da.*

Còn khí âm thực phẩm làm ta cảm nhận ngược lại:

- *Khí thực phẩm âm làm nhiệt độ cơ thể lạnh hay mát,*
- *Hướng khí âm giáng xuống phía đất và thu nhập vào trong cơ thể.*

Cảm nhận khí dương

Thực phẩm làm thí nghiệm: rượu, hương liệu quế, tiêu, ớt, gừng…

Sau khi uống ly rượu, ăn tô phở nóng đầy tiêu ớt cay xè, chúng ta có cảm giác gì?

Cảm giác nhiệt độ nóng của khí dương qua triệu chứng: cơ thể nóng hay ấm, mặt đỏ, khí huyết lưu chuyển nhanh làm tăng áp xuất.

Cảm giác khí dương bốc lên đầu *(phía trời)* và tiết ra ngoài da thể hiện bởi mặt đỏ, đầu váng, da nóng đổ mồ hôi.

Các cảm giác trên là dấu hiệu tác động của khí dương thực phẩm lên cơ thể và làm cho ta hiểu ngay rượu, quế, gừng… là thực phẩm dương.

Cảm nhận khí âm

Thực phẩm thí nghiệm: nước chanh, dưa hấu

Mùa hè nóng bức, sau khi chạy bộ, tập thể dục… người nóng ướt mồ hôi, miệng khô ráo, bạn hãy uống một ly nước đá lạnh, nước chanh hay ăn một miếng dưa hấu, cơ thể cảm thấy gì sau đó?

Cảm giác cơ thể mát mẻ, tâm hồn thư thái, nhiệt độ giảm. Đó là tác động của khí âm mát lạnh của nước chanh, dưa hấu.

Nếu tiếp tục uống nước lạnh, ăn dưa hấu quá nhiều khiến khí âm quá thịnh đi xuống làm lạnh tì khí và gây cảm giác người choáng váng, mềm nhũn, tiêu chảy. Đó là hiện tượng khí âm quá nhiều hướng vào trong tạng phủ và làm suy nhược khí dương.Các cảm giác trên xác nhận nước lạnh, chanh, dưa hấu là thực phẩm thịnh âm.

Các thí nghiệm khoa học mang tính khách quan, thuyết phục còn thí nghiệm bằng quan sát của đông y mang tính chủ quan, cảm nhận và chỉ thuyết phục sau khi đã cảm nhận được nhiệt độ của khí, và nếu bạn tiếp tục dùng chính thân thể của mình làm phòng thí nghiệm để điều hòa sức khỏe và quân bình khí âm dương thực phẩm thì cuốn sách này mới hữu dụng.

3

NHẬN DIỆN KHÍ THỰC PHẨM

Thực phẩm được cung cấp hàng ngày cho chúng ta đều xuất phát từ ba môi trường sống.

Môi sinh khí dương thịnh trên trời của điểu thú, chim trời, chim muông,

Môi sinh khí âm thịnh dưới nước của sông, hồ, biển: tôm, cá, hải sản rong biển, rong biển;

Môi sinh trung gian trên mặt đất: động vật có vú, loài bò sát, rau, trái, ngũ cốc…

Từ những môi sinh trên mà thực vật và động vật sanh trưởng và khác biệt nhau về cường độ khí âm dương theo tứ khí *(thái dương nóng, thiếu dương ấm, thái âm lạnh, thiếu âm mát)* và ngũ vị *(ngọt, cay, mặn, chua, đắng[23])*.

Tiếp theo, chúng ta quan sát khí âm dương của thực phẩm qua tiêu chuẩn phân định *(tương đối)* khí âm dương nhìn từ bên ngoài *(màu sắc, hình dạng, vị trí tăng trưởng…)*, chất cấu tạo bên trong *(chứa ít hay nhiều nước, chất béo, số lượng calo…)*. Ngoài ra, còn phải quan tâm đến sự biến đổi nhiệt độ nguyên thủy của khí âm dương do nấu nướng biến chế, phương pháp tồn trữ *(tủ lạnh)*.

Các tiêu chuẩn dựa theo nguyên lý âm dương nêu nên dưới đây chỉ cho chúng ta một ý niệm tổng quát để phân định khí âm dương trong thực vật và động vật và giúp chúng ta thứ nhất là tự

[23] Thêm 2 vị phụ: vị lạt và vị chát

làm thí nghiệm nhận định khí âm dương trong mỗi thực vật, thứ hai là chiết giải những mâu thuẫn giữa các tác giả trong phân định thực phẩm âm và dương.

Khí Âm Dương Trong Thực Vật

Tiêu chuẩn màu sắc, tính chất, hình dạng...

Nhiệt độ khí âm dương của thực vật phát triển trên đất và dưới nước biểu lộ qua màu sắc, tính chất, hình dáng như bảng chỉ dẫn dưới đây.

Tiêu chuẩn	Dương	Âm
Màu sắc bên ngoài	Đỏ, cam, vàng (cà chua, ớt, dứa khóm...)	Xanh, tím, trắng (cà tím, cải bắp, chanh)
Tính chất	Khô, nhẹ (các loại hương liệu như quế, tiêu)	Nhiều nước hoặc chất béo (các loại trái dưa, đậu phọng, các loại hạt cho dầu ăn)
Hình dáng	Dài, nhọn (củ cà rốt, ớt tiêu)	Tròn, lớn: các loại củ, khoai phát triển trong đất (âm)

Tiêu chuẩn mùi hương

Phổi chủ về khí, mũi là cửa sổ của phổi. Mùi bốc lên thuộc khí dương nên tỏa vào mũi, hòa với khí của phổi. Nhờ vậy mà chúng ta có thể biết cường độ khí dương trong trái cây mà xếp loại theo khí. Thí dụ, các trái cây mít, sầu riêng, soài, khóm...thuộc trái âm khi còn xanh *(không thơm)*, nhưng được coi là trái có khí thái dương nóng phát ra mùi thơm bít mũi khi chín mùi.

Tiêu chuẩn dầu

Hai loại chất dầu *(tinh dầu bốc hơi và chất béo)* giúp ta phân biện thực vật âm hay dương. Thực vật như đinh hương, đậu khấu, quế... thuộc về loại khí thái dương nóng vì chứa rất nhiều tinh dầu bốc lên và hòa tan trong nước. Trái lại các loại hạt thuộc về khí âm như đậu phọng, hạt dẻ... vì cho dầu dưới dạng chất béo.

Tiêu chuẩn calo và nước

Calo là dương, nước là âm. Dựa vào kết quả phân tích của khoa học về số lượng calo *(dương)* và nước *(âm)* trong mỗi thực phẩm, ta phân biệt được:

- Thực phẩm dương: nhiều calo ít nước.
- Thực phẩm âm: nhiều nước ít calo.
- Thí dụ phân tích 100g của vài thực phẩm sau đây,

100 g	calo	Nước (g)
Thực phẩm dương		
Chocolat	500	1
Thịt bò	165	70
Thịt cừu	225	60
Thực phẩm âm		
Dưa leo	13	95
Dưa hấu	30	90
Sà lát	21	94
Bình âm dương		
Táo	64	83
Nho	74	79

Tiêu chuẩn khoáng chất

Cơ thể cần dùng nhiều khoáng chất chính *(calcium, phosphore, potassium, soufre, chlore, magnésium)* và khoảng 12 loại vi khoáng chất *(oligo- éléments)* chứa nhiều trong rau trái.

Theo luật âm dương, ta có khoáng chất âm và dương đi từng cặp với nhau. Thí dụ cặp magnesium *(âm)*/calcium *(dương)*, cặp potassium *(âm)*/ sodium *(dương)*. Potassium là âm vìnằm bên trong tế bào, có nhiều trong rau trái, tác động làm mát cơ thể. Trái lại khoáng chất sodium là dương nên nằm bên ngoài tế bào, làm khí bốc lên và tăng áp huyết.

Khí Âm Dương Trong Động Vật

Cả ba môi sinh trên trời, dưới đất trong nước đều có động vật sanh sống. Nhiệt độ khí âm dương của thực phẩm động vật thì dựa trên hai yếu tố:

▪ Màu sắc của thịt: đỏ là dương, trắng là âm,

▪ Tính chất: Thịt là dương đối với mỡ là âm.

1) Trên trời *(dương)*

Tính chất rất dương của thực phẩm điểu thú hiện ra qua màu đỏ của thịt. Thí dụ như chim bồ câu, chim sẻ, chim cút…

2) Dưới đất: bò cừu, gà vịt v.v.

Cường độ khí âm dương biểu lộ qua màu sắc của thịt:

▪ Màu đỏ đậm chỉ nhiệt độ khí dương rất nóng *(thí dụ: thịt bò, cừu, dê)*.

▪ Màu xámnhạt và trắng chỉ quân bình khí âm dương của thịt động vật thí dụ thịt gà ít gây xáo trộn khí huyết.

Tiêu thụ quá nhiều thịt màu đỏ sẽ gây ra bệnh dương của khí *(mụn nhọt, nóng nảy, táo bón)* và quá nhiều phần âm mỡ heo hay bò là nguồn gốc của bệnh âm hiện ra trong thể xác *(béo mập, chất béo trong máu)*

3) Trong nước *(âm)*: tôm cá, hải sản

Các loại cá tôm sống trong môi trường âm *(nước)* nên cung cấp nhiều nhiệt độ âm mát lạnh cho cơ thể. Vì vậy để quân bình âm dương, con người dùng khí dương nóng của vài hương liệu như gừng, ớt, làm nước chấm hay ăn kèm thí dụ như khi ta ăn gỏi cá sống, ốc, ngao, hến, sò huyết, sushi.

Riêng về hải sản sò nghêu, tôm, cua… thì chia ra làm 2 loại theo nhiệt độ âm dương

▪ Loại nhiệt độ âm lạnh: sò, nghêu, ngao, hàu, ốc, mực ;

▪ Loại nhiệt độ dương nóng: tôm hùm, tôm rồng, cua biển *(khí dương hiện ra với màu đỏ sau khi luộc chín)*.

Biến Chế Nhân Tạo

Các thực phẩm biến chế nhân tạo bởi kỹ nghệ, nấu nướng, tồn trữ (đông lạnh, ướp muối phơi khô, hun khói…) thuộc nhóm thực phẩm âm dương bất quân bình. Khí âm dương thay đổi tùy theo phương thức tồn trữ thực phẩm như sau.

Làm tăng khí dương bằng hơi nóng *(dương)* và rút nước *(âm)*

Thực phẩm tươi được rang lửa, phơi khô, sấy, hun khói, ướp muối sẽ làm tăng khí dương. Vì khí âm *(nước)* bị mất, thực phẩm này rất dương nên có thể làm nặng thêm những bệnh gây bởi dương khí nóng như da khô, mụn nhọt, cao áp huyết.

Làm tăng khí âm

Xưa kia ở Việt Nam, các cụ chôn rượu trong đất *(âm)* để làm giảm khí dương của rượu còn người Âu trữ lâu trong hầm rượu. Ngày nay, tồn trữ thực phẩm bằng hơi lạnh *(tủ lạnh)* hay đông lạnh làm gia tăng một cách nhân tạo nhiệt độ âm của thực phẩm không hề gì với người khỏe mạnh nhưng có hại cho ai bị bệnh âm thí dụ như tiêu chảy, da dẻ luôn luôn lạnh, xanh ngắt, tiểu tiện không ngừng.

Khí Thực Phẩm Có Thể Gây Bệnh

Trong bảng chỉ dẫn dưới đây, chúng tôi chọn một số thực phẩm chứa khí dương quá nóng hoặc khí âm quá lạnh có thể gây xáo trộn Chơn Khí gây bệnh về khí nếu lạm dụng ăn nhiều, hàng ngày và không hạp tạng khí.

Thực phẩm	*Hương liệu,nước*	*Rau,củ,*	*Trái cây*	*Thịt động vật*
Khí dương nóng	**Quế, đinh hương, gừng, tiêu, cà ri, hồi anis, rượu, bia, chocolat**	**Sâm đỏ**	**Sầu riêng, nhãn, vải, soài, mít, dứa khóm**	**Bò, cừu, dê, ngan (vịt xiêm)**
Khí âm lạnh	**Nước lạnh, hoa cúc, tim sen, Lá verveine, tilleul**	**Khổ qua, bắp cải, Củ sắn,**	**Bưởi chua, chanh, dâu da, chanh dây, khế, me**	**ếch, rắn, rùa, hàu sò, nghêu, ngao, hến; ốc,(ốc bưu, óc gai,) bào ngư, sứa biển, hải sâm, sò lông , sò hến nghêu; sò huyết, hàu, trai, mực ống, mực nang, bạch tuộc**

4

KHÍ MÙI VỊ

Rau thơm, rau húng, rau mùi,
Thì là, cải cúc, đủ loài hành hoa.

Sau khi quan Thái Y đã chọn xong nguyên liệu cho phương thang thì đội Thượng Thiện dùng mùi, vị chế biến thành món ăn ngon cho vua.

Mùi[24]có ngũ hương *(thơm, hôi mốc, khét cháy, khai , thối)* do mũi đón nhận, thuộc **khí dương** nên bốc lên trời và nhập vào khí của phổi vì tạng phổi chủ về khí và mũi là cửa của phổi thông với bên ngoài. Tuy nói là có ngũ hương, nhưng thường nhật trong bếp nước, con người chỉ quan tâm đến mùi thơm.

Vị thì có ngũ vị *(chua, ngọt, đắng, cay, mặn)* là **khí âm** của đất và được lưỡi nếm nhận được nên đi vào trong cơ thể qua cửa ngõ ngũ tạng *(tim, gan, phổi, thận, tì)*. Theo Hoàng Đế Nội Kinh, Tố vấn, Ch.9: *Đất cung cấp ngũ vị cho con người... cây cỏ sản xuất ra ngũ vị.*

Khí Dương Của Mùi

Nhờ mũi ngửi thấy mùi mà ta cảm nhận được khí dương của thực vật. Dưới sức nóng của bếp lửa hay của nắng mặt trời, mùi thơm tức khí dương sẽ bốc lên từ thực phẩm và tỏa ra từ hoa trái. Tùy theo nồng độ của mùi mà ta có thể biết rau trái nào chứa nhiều hay ít khí dương. Thí dụ trái dứa, soài, sầu riêng là trái cây rất dương nên thơm bít mũi khi chín.

[24]Ngũ hương: hôi mốc (gan), khét cháy(tim), thơm (tì),khai (phế), thối (thận)

Mùi thơm trái cây

Hạt mè chứa rất nhiều khí âm dưới dạng dầu mè và khí dương bốc thơm nức mũi khi rang chín, cho nên gạo lức *(chất bổ dưỡng, sinh tố, khoáng chất)*, muối *(dương)*, mè *(khí âm dương tràn đầy)* làm khỏe cơ thể là vậy.

Khí biến đổi từ lúc còn xanh đến lúc chín

Trái cây lúc còn xanh, khí âm thịnh nên có vị chua. Trên tiến trình trái chín, vị chát của âm chất *(tannin, amidon)* biến dịch sang vị ngọt, một phần khí âm *(biểu hiệu bởi vị chua)* chuyển biến sang khí dương *(mùi thơm, màu đỏ, vàng)*, thí dụ dứa, mận, cam, quýt.

Có trái cây còn xanh chứa nhiều vị âm *(tannin, amidon)* biến dần sang khí bình âm dương *(thơm, ngọt)*, thí dụ như trái hồng, chuối.

Khí giữa trái và vỏ, lá

Trái chanh chứa khí thái âm rất lạnh, còn lá chanh thì rất dương qua mùi thơm chứa tinh dầu trong lá. Người Việt sắt nhỏ lá chanh ăn với thịt gà luộc hoặc ướp với gà đồng *(chuột đồng)* để nướng, lá chanh đun trong nồi nước xông chữa cảm cúm.

Vỏ trái bưởi, trái tắc, trái quất… chứa tinh dầu rất dương nên đàn bà Việt dùng vỏ bưởi nấu nước gội đầu cho sạch, cho tóc óng ả, vỏ trái tắc, vỏ trái quất trộn với mật ong trị liệu ho hàn.

Mùi thơm của trái cây khi chín

Các trái cây thơm ngào ngạt khi chín được xếp vào loại khí thái dương như: sầu riêng, mít, khóm, nhãn… Chỉ cảm nhận được khí dương của các loại cây này khi nào ăn nhiều và hàng ngày nhất là những người có tạng thái dương, lúc đó mới thấy triệu chứng khí thái dương quá nóng phát ra như lở môi, mụn nhọt, đại tiện ra máu hoặc táo bón. Thí dụ vào mùa nhãn chín,như ai đã về *"giồng nhãn"* của người Tiều ở Bạc Liêu đều biết sau khi được chủ vườn mời ăn nhãn thả cửa thì sẽ được chủ mời một ly nước mưa trong veo múc từ lu mái để *"giải hỏa"* của nhãn.

Mùi thơm hương liệu

Các hương liệu và lá thơm có mùi thơm bốc lên, chứa tinh dầu bay hơi, hòa tan trong nước thì được xếp vào thực vật chứa khí thái dương nóng, thí dụ như quế, gừng, đinh hương, anis, muscadedùng để chữa trị. Ngoài ra nhiều loại rau thơm như thìa là, húng quế, basilic, estragon… cũng chứa một ít tinh dầu.

Mùi thơm trong tín ngưỡng

Hầu như mọi tôn giáo và tín ngưỡng dân gian đều dùng mùi thơm tỏa lên trời của hương nhang, gỗ trầm để cầu khấn, tiếp xúc với thế giới vô hình. Theo tập tục thờ cúng tổ tiên, người Việt tin rằng khói nhang trầm và các dĩa cơm canh nóng bốc mùi thơm vào cõi vô hình khiến hồn người đã khuất cảm nhận được lòng thành kính của con cháu. Còn trong ẩm thực hàng ngày, chúng ta ưa tìm thưởng thức mùi thơm của hoa trái, rau cỏ mà làm đồ ăn thức uống.

Về khía cạnh trị liệu, mùi là khí dương chạy thẳng vào phế vì phế chủ về khí[25]. Cho nên y khoa cũng như cách trị liệu cổ truyền bằng cách dùng mũi hít vào phổi mùi của vài dược liệu dưới dạng tinh dầu như chất menthe *(chữa ho)*, và thông thường nhất là buồn ói mửa người Việt hít dầu cù là.

Trị liệu bằng mùi

Mùi là **khí dương** nên bốc lên trời, hòa với khí trời *(thiên khí)*, nhập vào khí của phổi vì tạng phổi chủ về khí và mũi là cửa của phổi thông với bên ngoài. Vì vậy mà mùi được xử dụng để chữa bệnh phổi và bệnh âm trong ngũ tạng.

Mùi trị bệnh phổi, thí dụ như xông mũi bằng menthol trị covyt 19, ho, cảm…

Mùi trị bệnh hàn.Người Việt thường dùng khí dương rất nóng của mùi để trị các bệnh âm hàn. Thí dụ như lấy gừng để trị các bệnh sau.

[25] Tim chủ về huyết, thận về xương, tì về thịt, can về gân

Gừng chứa 1 đến 3% tinh dầu trong tế bào bốc ra mùi thơm, được dùng để trị liệu và điều hòa khí âm dương trong thực phẩm. Trong vấn đề trị liệu, gừng được xử dụng rất nhiều như:

- Gừng rang pha nước sôi hoặc đun với cháo để chữa bệnh tiêu chảy,
- Khi bị cảm phong hàn, người Bắc giã gừng trộn với mớ tóc để đánh gió,
- Kẹo gừng hay ngậm miếng gừng nếu bạn buồn ói bởi giao thông say sóng, máy bay.
- Trong nấu nướng, dùng gừng để tăng vị giúp tiêu hóa nhất là để điều hòa khí âm khi ăn các động vật âm như món thịt vịt luộc, hàu, sò nghêu, ốc hấp bọc lá gừng…

Khí Âm Trong Ngũ Vị

Ai trong chúng ta mà lưỡi chẳng cảm nhận thấy dễ dàng ngũ vị *(đắng, ngọt, cay, mặn và chua)*. Theo luật ngũ hành, ngũ vị liên hệ mật thiết với ngũ tạng:

- *Vị đắng chạy về tim*
- *Vị ngọt về tì,*
- *Vị cay về phổi,*
- *Vị chua về gan,*
- *Vị mặn về thận.*

Muốn kiểm chứng rõ ràng sự liên hệ này, chúng ta hãy cùng nhau tự làm thí nghiệm như sau ngay trên cơ thể của chúng ta.

■ **Cảm nhận khí ngũ vị**

Phổi "*cay*"

Vị cay chạy về phế. Phế chủ về khí *(vệ khí)* và da.

■ Kiểm nghiệm. Sau khi dùng vị cay *(uống rượu, ăn ớt tiêu cay...)*, vệ khí của phế lưu chuyển nhanh làm cho da nóng, đỏ, đổ mồ hôi.

■ Ứng dụng trong dân gian. Quan sát thấy khí nóng của vị cay *(ớt, rượu, tiêu)* kích động vệ khí của phế lưu chuyển nhanh, người dân Việt bị cảm phong hàn thường ăn vị cay *(cháo nóng nhiều tiêu, ớt...)* sau khi đánh gió hoặc *"xông"*[26] cơ thể cho ra mồ hôi. Mồ hôi sẽ tống xuất tà khí ra ngoài để trị liệu vài bệnh liên quan đến phế khí như cảm cúm, phong hàn.

Thận "*mặn*"

Vị mặn đi vào thận giúp thận giữ quân bình giữa tỉ lệ nước với chất mặn thu nạp. Chất mặn thặng dư được sa thải qua nước tiểu và mồ hôi. Một phần tư chất mặn cung cấp cho cơ thể rút ra tự nhiên trong thực phẩm. Nồng độ mặn cao trong thịt, cá, hải sản nhưng thấp trong rau trái. Vị mặn còn lại nằm trong nấu nướng, thêm muối khi ăn, thực phẩm biến chế kỹ nghệ.

■ Kiểm nghiệm. Thiếu chất mặn *(sodium)* sẽ gây suy nhược và ngất sỉu thí dụ như đổ mồ hôi quá nhiều sau khi tập dượt, chạy bộ. Một ly nước chanh muối hay coke pha muối là trở lại bình thường vì vị mặn bổ thận để tái lập quân bình giữa nước và chất mặn trong máu.

■ Ứng dụng. Vào mùa hè nóng bức mồ hôi nhễ nhại, dân Việt hay uống chanh muối, ăn dưa hấu sát ít muối vừa cho vị đậm đà vừa bổ khí thận bằng vị mặn.

Gan "*chua*"

Vị chua chạy về can.Can chủ bắp thịt, gân cốt, móng tay, móng chân.

---

[26] Cách xông: ngồi trước một nồi nước sôi rồi trùm chăn khắp người

Kiểm nghiệm.Can không làm tròn nhiệm vụ điều hòa khí huyết thì sẽ có triệu chứng *"can lười"* nên ít đói, khó tiêu, hay ợ chua, móng tay móng chân nứt, gãy…Trước bữa ăn dùng vài trái cây hơi chua *(bưởi, táo, mận, quít)* hoặc một dĩa sà lát trộn giấm chua sẽ giải quyết vấn đề nhờ vị chua thúc đẩy gan sa thải chất dơ và giúp bao tử làm việc.

Ứng dụng. Vì nhận xét thấy vị chua làm tiểu tiện nhiều và giảm mỡ, vài phương pháp giảm cân khuyên dùng vị chua *(bưởi chua, chanh, nước bưởi, giấm)* để làm tan mỡ thịt, giúp tiểu tiện. Nguy hiểm của phương pháp này là lạm dụng vị chua có thể làm dãn gân cốt giữ bọng đái, tiểu tiện nhiều có thể đi đến sa bọng đái.

Tim *"đắng"*

Có vị **đắng** kích thích tâm thần trong tim và có vị **đắng** an thần

•Vị đắng kích thich tim

Vị đắng của caféine từ ly cà phê, trà, cacao… bổ khí tim và làm tăng lưu thông của huyết vì tim chủ về huyết mạch. Người Tây Phương ưa thích vị đắng caféine của cà phê và cacao còn người Á Đông thiên về vị đắng của trà.

Thử nghiệm lên chính cơ thể của bạn bằng uống một hay hai ly cà phê đậm đặc, bạn cảm thấy gì? Có cảm giác tim đập, tinh thần sảng khoái tỉnh ngủ hơn. Đó là hiện tượng vị đắng đi vào tim bổ khí của tim.

Bạn hãy nhìn cảnh này trên đồng ruộng Việt Nam. Dưới nắng thiêu đốt của mặt trời, mồ hôi chảy có hột vậy mà khi ngừng cày bừa một lúc, bác nông dân việt uống một bát trà tươi, nhóm một điếu thuốc là trở lại khỏe mạnh tỉnh táo, hết chảy mồ hôi. Tại sao? Đó là tác động vị đắng của trà và thuốc điếu bổ khí của tim.

Tại sao trà làm mất ngủ, tiểu nhiều? Vì lạm dụng vị đắng, tim hoạt động mạnh hơn bình thường làm xáo trộn nơi cư ngụ của Tâm nên mất ngủ. Vị đắng còn làm tăng áp xuất và lượng máu trong huyết mạch gây bất quân bình giữa tim thận *(thủy hỏa bất tương giao)*. Để tái lập quân bình, thận phải thải bớt nước trong huyết quản cho nên tiểu nhiều và nói lái gọi trà ngon, đậm đặc là trà *"thái đức"* là vậy.

•Vị đắng an thần

Trong cơ thể có 2 nguồn hỏa là Quân hỏa phát xuất từ tim và Tướng hỏa của gan. Các luồng hỏa này thường làm cho khí bốc lên đầu gây ra mất ngủ, nhức đầu, nóng nảy… nên dân Việt thường làm mát hỏa khí này bằng vị đắng của động vật và thực vật.

•Khí đắng của động vật: Mật rắn hổ nấu cháo

•Khí đắng của thực vật:

Rau đắng đất và rau đắng biển:

Rau đắng nấu cá trê vàng
Ngọt ngon vì bởi tay nàng nấu canh

Khổ qua.

"Khổ qua kho cá rô đồng
Miệng đắng nhưng lại ngọt lòng hương quê" - (Ca dao)

Khổ qua mắc nắng, khổ qua đắng, khổ qua đèo,
Dầu sanh, dầu tử, dầu nghèo em cũng thương

Tì *"ngọt"*

Vị ngọt *(đường, bánh, kẹo, nước ngọt, cà rem)* đi thẳng vào tạng tì. Tì khí chủ về thịt cơ thể và hoạt động trí óc. Vị ngọt cung cấp khoảng 60% số calo cần dùng mỗi ngày. Lúc nào cảm nhận được vị ngọt chạy vào tì khí? Đó là lúc:

▪ Mỏi mệt sau những giờ học, suy nghĩ, đọc sách là vì khí của tì thiếu bồi dưỡng;

▪ Cảm thấy bắp thịt rã rượi, ý tản mác lo âu là triệu chứng tì khí suy giảm là vì tì khí chủ về thịt và tì là nơi cư ngụ của Ý.

Vài bánh ngọt, li kem hay li cà phê sữa sẽ làm trí óc hăng hái làm việc trở lại, ý tràn đầy đó là vì vị ngọt đã bổ tì khí và khích động khí trong tì.

Nguyên tắc bổ khí

Tuy là bổ ích cho tạng liên hệ, các vị cũng có thể gây ra bệnh hoặc làm cho bệnh thêm nặng nếu lạm dụng.

Dùng vị để bổ khí cho một tạng có nghĩa dùng liều lượng vừa phải kích thích và điều hòa khí của tạng đó. Thí dụ dùng vị ngọt vừa đủ thì bổ khí của tạng liên hệ là tạng tì. Hãy nghe tiếng nói của cơ thể bằng cảm giác thèm hay đủ[27]. Thí dụ thèm ăn ngọt thì ăn vì tì khí suy, khi hết thèm phải ngừng nếu không, lại cứ lạm dụng vị ngọt thì với thời gian, tiếng nói của cơ thể không trung thực và trở thành dấu hiệu của bệnh như những người mập phì hay thèm ngọt.

Một vị được qui nạp quá nhiều và hàng ngày sẽ làm cho tạng liên hệ bị hại. Cảm thấy gì sau khi uống quá nhiều cà phê hay trà? Chất đắng caféine làm tim đập mạnh, hồi hộp, mất ngủ, lo âu, bàn tay ướt. Đó là vị đắng quá nhiều làm kích động khí của tim và lay đông tâm thần ngụ trong tim. Nếu lạm dụng vị đắng hàng ngày có thể gián tiếp gây bệnh cho tim.

Khi nào vị ngọt hại tì khí? Khi lạm dụng vị ngọt hàng ngày. Tì khí chủ về bắp thịt nên hậu quả của lạm dụng vị ngọt là: mập phì, cảm thấy thân thể nặng nề, bắp thịt đau hơn lên với vị ngọt v.v. Điều này dễ nhận thấy trong người tây phương.

Trong trường hợp bệnh tim, áp huyết cao, mòn xương *(khí thận chủ về xương)*, ăn quá mặn hàng ngày làm thủy *(thận khí)* xung mãn lấn áp hỏa *(tim)* thái quá nên khiến khí của tim bị nhiễu loạn. Đó là triệu chứng thủy *(thận)* hỏa *(tim)* bất tương giao, bệnh sẽ nặng thêm vì vậy mà y khoa hạn chế hoặc cấm dùng muối.

Tóm lại, tuy là bổ ích cho tạng liên hệ, các vị cũng có thể gây ra bệnh nếu lạm dụng và không kiêng kỵ vị nào liên hệ đến một tang bị bệnh. Thí dụ như khi lạm dụng vị ngọt hàng ngày. Tì khí chủ về bắp thịt nên hậu quả của lạm dụng vị ngọt là: mập phì, cảm thấy thân thể nặng nề, bắp thịt đau hơn lên với vị ngọt v.v. Điều này dễ nhận thấy trong người tây phương. không hạn chế tiêu thụ vị ngọt khi béo phì vì tì suy yếu.

[27] Tiếng nói này phát xuất từ hypothalamustrong óc

Phần 2

THỰC DỤNG CỦA VĂN HÓA ẨM THỰC

Cổ nhân cũng có dạy: "*Bệnh tùng khẩu nhập, họa tùng khẩu xuất*" nghĩa là: Bệnh từ cái miệng do ăn uống mà đem vào, họa cũng từ cái miệng do nói chuyện thị phi mà tạo ra. Chính vì vậy mà người Việt Nam sử dụng thức ăn như là các vị thuốc để trị bệnh dùng khí âm dương vô hình để phòng bệnh và đôi khi để chữa bệnh gây ra bởi mất thăng bằng của khí ẩm thực.

Sau khi đã hiểu rõ khí âm dương trong phần 1 và biết tạng khí của mình là hàn hay nhiệt thì chúng ta có thể học hỏi kinh nghiệm của đông y sĩ Xuân Tàm trong việc áp dụng khí thực phẩm để tránh bệnh và điều trị một số bệnh nhẹ gây ra bởi khí.

Chúng tôi cũng xin nhắc lại chỉ dùng khí ẩm thực trị liệu trong các bệnh nhẹ, thông thường, không nguy đến tính mạng gây ra bởi khí mà thôi.

5

TẠNG KHÍ

Qua câu chuyện, đôi khi nghe ông A nói tôi có tạng nhiệt nên phải kiêng đồ nóng còn bà B thì lại kiêng đồ lạnh vì tạng hàn. Đó là cách diễn tả tạng khí tức nhiệt độ của khí qua tạng nhiệt hay tạng hàn.

Nhiệt *(nóng)* và hàn *(lạnh)* là khí tự nhiên trong trời đất nhưng theo luật âm dương, nhiệt tăng đến tối đa có thể biến thành hỏa *(lửa)* gây ra hiện tượng bất thường trong trời đất. Thí dụ vào mùa nắng hạn, khí nóng của trời biến thành hỏa gây cháy rừng. Trong cơ thể, người tạng nhiệt ăn uống quá nhiều thực phẩm nóng có thể làm nhiệt biến thành hỏa gây ra hiện tượng bất thường là mụn nhọt, táo bón, đổ máu cam… giống như cháy rừng. Hiện tượng bất thường này của khí được tìm hiểu qua tạng khí thái dương và tạng khí thái âm. Hai tạng khí này hay mắc bệnh về khí nếu dùng quá nhiều khí thực phẩm không phù hợp với tạng khí. Còn tạng thứ ba là bình tạng *(khí âm dương tương đối điều hòa)* không đề cập đến vì rất ít mắc bệnh về khí gây ra bởi thực phẩm.

Tạng Thái Dương Rất Nóng

Nhiệt diễn tả khí nóng, ấm áp bình thường của trời đất, nhưng nhiệt thái quá như ngày nóng hạn mùa hè, thì có thể biến thành hỏa đốt cháy cây cỏ *(âm)* cũng như can hỏa bốc lên thì đốt cháy tân dịch *(âm)*.

Tạng thái dương bẩm sinh biểu lộ qua 2 trạng thái của khí:

▪ Trạng thái sức khỏe bình thường: người ấm áp, không có triệu chứng khí bốc lên và tản ra ngoài da;

▪ Trạng thái nhiệt biến thành hỏa: các thực phẩm thái dương, sức nóng mặt trời dễ làm nhiệt bình thường biến thành hỏa khiến âm bệnh.

Tạng thái dương biểu lộ bởi dấu hiệu tản khí dương ra bên ngoài như da đỏ nóng làm tưởng lầm rằng mắc bệnh dương khí. Nhưng, thực sự thì âm khí mắc bệnh bởi khí dương quá nóng làm khô kiệt âm khí bên trong nên có triệu chứng như táo nhiệt, chảy máu cam, trĩ. *(Dương quá thịnh khiến âm bệnh)*[28].

Quan sát chân dung tạng thái dương nóng

Chân dung người có tạng thái dương hiện ra rõ rệt sau khi ẩm thực quá nhiều thực vật dương quá nóng *(rượu, gia vị cay...)* khiến nhiệt biến dễ dàng và nhanh chóng thành hỏa. Hiện tượng này dễ nhận diện qua các dấu hiệu sau:

▪ Da nóng đỏ cùng với chất âm *(mồ hôi)* bị đẩy ra ngoài,

▪ Bên trong thì có triệu chứng khí âm khô kiệt như táo bón, khát nước.

Từ hai dấu hiệu chính đó mà ta có thể biết được tạng phủ nào bị khí dương *(hỏa)* đốt cháy thí dụ như:

▪ *Tạng phổi thì da nóng, màu hồng hay đỏ, hơi thở ồn ào, đầu và ngực ướt mồ hôi, dễ chịu với khí trời lạnh.*

▪ *Tạng tim: màu đỏ rất rõ hiện ở đầu lưỡi và trên mặt (trừ trường hợp hư nhiệt vì âm suy), tính tình cáu gắt, bồn chồn, nóng nảy.*

▪ *Tạng tì: dấu phát hỏa hiện ra trên môi, lưỡi đỏ và sưng, rêu lưỡi vàng, dày, miệng hôi, lợi răng sưng đỏ.*

▪ *Phủ ruột già khô ráo tân dịch nên táo bón.*

▪ *Phủ bàng quang (bọng đái) bị nhiệt nên nước tiểu ít, lại có màu đậm, nặng mùi, đường tiểu nóng rát.*

---

[28] Hoàng Đế Nội Kinh, Tố Vấn, ch.5

■ *Tân dịch bị khí nóng thái dương đốt nên da khô héo, môi lưỡi mỏng và khô, khát nước hoài và thích uống lạnh.*

■ *Hỏa khí thái dương vào máu gây ra chảy máu cam, trĩ, mụn đỏ, nhọt chứa mủ, mũi hay phân dính máu.*

Cảm nhận dấu hiệu phạm khí âm

Triệu chứng gì sảy ra khi Khí dương quá thịnh biến thành hỏa? Suy nhược và bệnh âm khí.

Suy nhược vì khí dương bốc lên, thoát ra làm hao tổn khí, thí dụ như người uống rượu quá chén mình mẩy nóng đỏ *(khí thoát ra ngoài)* nên mệt mỏi sau khi say rượu.

Khí dương quá thịnh sẽ làm khí âm khô kiệt mà sanh bệnh dưới dấu hiệu sau:

■ *Âm bị đẩy ra ngoài: mồ hôi, xuất huyết (trĩ, máu cam).*

■ *Âm khô kiệt: tân dịch khô cạn nên hay khát nước, táo bón, tinh thần giao động, tiểu ít.*

Thủ phạm

Các triệu chứng trên đều là nạn nhân của thực phẩm nhiều khí nóng thái dươnglàm hư tổn âm khí. Thực phẩm này có 2 loại: Thực phẩm đa khí nghèo chất dinh dưỡng và thực phẩm nhiều khí dương lẫn chất dinh dưỡng.

1. Thực phẩm đa khí nghèo chất dinh dưỡng, Các thực phẩm này là:

■ *Nước uống như rượu, la ve.*

■ *Trái cây chín như sầu riêng, mít, nhãn, thơm khóm, soài.*

■ *Hương liệu cay nóng, rát lưỡi như (quế, bột cà ri, gừng, tiêu, ớt tiêu, đinh hương, hồi, moutarde cay...).*

Nếu ăn **quá nhiều và hàng ngày** thực phẩm trên, hậu quả là gây bất quân bình âm dương trên dưới, trong ngoài vì khí dương quá thịnh bốc lên với những triệu chứng của khí như đầu váng nóng hay đau, khó ngủ hay mất ngủ, nóng nảy khó tính, tiểu rát.

2. Thực phẩm nhiều khí dương lẫn chất dinh dưỡng

Khí thái dương của các thực phẩm này như thịt bò, cừu, dê, thú rừng tác động lên máu. Các bệnh như sưng khớp, bệnh ngoài da lở loét nóng đỏ có mủ, không có kết quả vớithuốc trụ sinh, cortisone và antifongique… là triệu chứng của khí dương thái quá.Nếu có triệu chứng viêm *(da lở loét, tiểu tiện rát đau, viêm đường tiểu…)* thì có thể do 2 nguyên nhân: vi trùng và khí thái dương.

Trước nhât đến bác sĩ và dùng trụ sinh[29]. Nếu sau vài ngày triệu chứng hỏa không suy giảm (có nghĩa không phải do vi trùng) thì phải nghĩ đến ngừng ăn các thực phẩm quá nhiều khí thái dương trên và thay vào bằng ăn thực phẩm âm.

Báo động quí ông

Trong vấn đề bổ dưỡng sức khỏe, nhiều người Việt hay thích nghe những lời mách nước chơn thành của bạn bè, thân thuộc hoặc trong báo chí mà người viết kém hiểu biết về khí âm dương. Thí dụ như thấy bạn mình có bệnh hoặc suy nhược thể xác là có những lời khuyên máy móc như: uống sâm, bột quế mật ong, thang thuốc Minh Mạng để *"ông uống, bà sướng"*[30], nước ớt cay, đinh hương v.v. Các thực vật này chứa nhiều khí thái dương nóng rất tốt cho người thiếu khí dương nhưng lại làm hại người có tạng khí thái dương, có thể gây bệnh về khí hoặc làm bệnh nặng thêm. Vậy, trước khi làm theo lời khuyên chơn tình thì phải hiểu tạng khí của mình và những triệu chứng của khí dương thiếu hay thịnh.

[29] Đa số bác sĩ vì thiếu hiểu biết về khí nên áp dụng máy móc phương trình: Viêm=vi trùng, vi trùng=trụ sinh. Nếu không phải do vi trùng mà dùng trụ sinh, bệnh không hết mà còn làm hại các vi khuẩn trong ruột…

[30] Toa thuốc ngự tửu Minh Mạng thang. Một số người Việt truyền tay nhau toa thuốc bổ khí của vua Minh Mạng với phụ đề "nhất dạ lục giao sanh ngũ tử". Không biết đó là nguyên bản hay không, nhưng một điều mà tôi biết chắc chắn là các vị trong toa (do một người bạn trao lại) đều bồi bổ khí dương (lại ngâm trong rượu) hơi thái quá nên người uống cảm thấy sung sức kích thích. Nếu đàn ông khỏe mạnh hay có tạng dương mà nghe lời bạn bè dùng toa thuốc này sẽ gây dương quá thịnh, âm suy sanh bệnh.

Tạng Thái Âm Lạnh

Nếu người có tạng khí thái âm, dấu hiệu thiếu khí dương hiện ra bên ngoài *(da xanh, lạnh, nói yếu ớt)* và bệnh khí dương bên trong *(tiêu chảy, đầy hơi, sợ lạnh...)*. Âm *thịnh thì dương bệnh*[31] như chân dung dưới đây.

Quan sát chân dung tạng thái âm

Tạng thái âm hàn thường gặp trong các trường hợp sau:

- *Người bẩm sinh tạng hàn.*
- *Bệnh nặng, già yếu, sau giải phẫu, dâm dục quá độ, sanh đẻ nhiều.*

Nguyên nhân chính là do khí thái âm lấn át khí dương làm khí dương bệnh mà sanh ra nội hàn. Triệu chứng khí dương bệnh hiện ra ở ngoài da và trong tạng phủ.

Vì khí dương bệnh, suy yếu nên có triệu chứng hơi thở ngắn, thích ăn uống nóng, da xanh xám, hay ớn lạnh, vọp bẻ, chân tay giá lạnh, thiếu hăng say; tinh thần ủ rũ, tiếng nói yếu ớt, biếng ăn, tiểu tiện nhiều, buồn ngủ cả ban ngày,

Dương khí của tì vị bệnh nên da lạnh, trắng, chân tay lạnh không sức lực, mập phì nhiều mỡ, tĩnh mạch sưng, bụng mềm, phình lớn, hay tiêu chảy, lưỡi trắng, dày rộng ẩm ướt nhiều, ngủ nhiều ngay cả ban ngày

Còn thận khí dương bị hàn khí lấn át thì tiểu tiện nhiều và trong, dấu hiệu lãnh cảm hay tình dục suy *(nếu còn trẻ)* gây lo sợ, mặt tái xanh, bải hoải yếu ớt ở lưng quanh vùng mệnh môn.

Bạn nào có chân dung của tạng khí này thì phải tránh ngay các thực phẩm thái âm để tránh làm bệnh nặng thêm.

---

[31]Hoàng Đế Nội Kinh, Tố Vấn, ch.5

Cảm nhận thực phẩm sanh khí thái âm lạnh

Thực phẩm thái âm thường gặp là:

1. Động vật: vịt, ếch, rùa, rắn, nghêu sò, mực, cá sống *(gỏi cá, shusi)*...

2. Thực vật:

▪ *Rau và rau củ: khổ qua, mồng tơi, rau đay, dưa chuột, dưa leo, bắp cải cuộn, khoaitây,củ cải ngọt màu tím, rong biển...*

▪ *Trái cây: chanh, chanh dây, bưởi (chua), dưa hấu, dưa chuột...*

▪ *Lá trà: hoa cúc, nhị hạt sen, verveine, tilleul, passiflore, camomille...*

▪ *Nước lạnh*

Xin nhắc nhở hoa cúc rất âm hàn là dược phẩm của đông y trị áp huyết cao, làm cơ thể mát dịu dễ ngủ. Người Việt sức khỏe bình thường nên cẩn thận nếu lạm dụng hoa cúc bằng uống trà cung đình, trà cúc (hoa cúc+quả xí muội+cục đường phèn+5 nhát cam thảo) cho dễ ngủ.

Báo động quí bà

Sau dưỡng khí là nước tối cần thiết cho sự sống. Ta có thể nhịn ăn nhiều ngày nhưng không thể không uống nước. Nước tối cần cho cơ thể *(75% là nước)*, tế bào *(60% nước)*, máu *(95% nước)*... Từ những nhận xét đó mà Tây y thường hay khuyên uống nhiều nước *(2 đến 3 lít mỗi ngày)* và đổ tội tại thiếu nước nên da khô, táo bón mặc dầu vẫn nghe lời uống nước nhiều. Lời khuyên đó áp dụng cho mọi người mà chẳng quan tâm đến vấn đề đàn bà thường là tạng âm mà lạm dụng khí lạnh của nước có thể làm mệt thận *(tiểu nhiều, lãnh cảm, sợ lạnh...)*, hại tì khí *(chân tay nặng, ứ nước...)*, khí dương suy vì phải dùng nhiều sức nóng của khí *(calo)* để hâm nước lên 36 độ C...

Tại phương tây, chúng ta thường nghe khuyến cáo uống nhiều nước vì nước chiếm 75% cơ thể, 60% tế bào, 92% máu huyết...

Không ai có thể phủ nhận vai trò tối quan trọng của nước sau dưỡng khí cho mọi hoạt động của cơ thể. Phải uống nước nhiều khi dùng loại thuốc theo toa bác sĩ, khi đổ mồ hôi nhiều sau khi tập dượt và vào những ngày nóng hạn. Uống nước là tối cần thiết nhưng hết sức phi lý nếu cố gắng uống thiệt nhiều nước khi cơ thể thừa nước lại mang bệnh âm *(phù thủng, tiểu tiện mỗi 15 phút làm mất giấc ngủ đêm, đầy hơi, lãnh cảm…).*

Trái lại đông y cũng như phép dinh dưỡng đều khuyên cáo uống nước vừa đủ, khi khát nếu uống quá độ có thể gây bệnh do khí âm của nước. Tại sao?

1. Khí của nước là lạnh. Nếu uống quá nhiều nước, người tạng thái âm sẻ mất rất nhiều khí dương để hâm nóng nước lạnh lên 37độ C nên khí dương đã thiếu lại càng thiếu thêm[32];

2. Bệnh *(đau bao tử, đầy hơi…)* bởi nước hay gặp là khí bao tử *(vị khí)* bị lạnh bởi uống quá độ nhất là vừa ăn vừa uống nước lạnh. Vì vậy tiệm ăn trung hoa tiếp ta trà nóng khi ăn. Bao tử: uống nhiều nước lạnh nhất là vừa ăn vừa uống làm nguội lạnh khí nóng của bao tử mà sanh ra bụng đầy hơi, hay ợ chua[33] tiêu chảy, khó tiêu.

3. Uống nóng Nếu không thì tốt nhất là uống nước vừa đủ lúc khát cũng đủ bài tiết các chất dư thừa. Nguy hại nhất là ăn uống nhiều đồ lạnh sau khi sanh nở là lúc thiếu khí dương để tẩy rửa huyết hư. Vì vậy mà ngày xưa, đàn bà mới *"nở nhụy khai hoa "*chỉ ăn uống nóng, nằm trên than hồng trộn muối và hột tiêu để da thịt ở bụng thắt lại như thời con gái và tránh bướu tử cung.

4. Uống vừa đủ. Trong tình trạng bình thường, uống nước khi khát, vừa đủ để sa thải các chất dư thừa *(urée, acide urique, créatine, ammoniaque…).* Nếu uống quá nhiều nước, số lượng máu gia tăng thận phải làm việc nhiều để sa thải số nước dư thừa

[32] Nhất là đàn bà (âm) lại uống quá nhiều nước (âm), âm khí quá thịnh làm hại thận dương nên tiểu nhiều, người lạnh;

[33] Có thể do ăn đồ ngọt tráng miệng sau khi ăn cơm vì chất đường chỉ ở trong bao tử chừng 20 phút lên men, hơi bốc ra không đi xuống mà lại bốc lên cuống họng vì có lớp đồ ăn (thịt cá, ngũ cốc)ởdưới ngăn chận. Biện pháp kiểm chứng tốt nhất là thử ngừng ăn đồ ngọt sau bữa ăn

trong máu để giúp tim. *"uống mà không khát, ăn mà không đói là hai điều hại cho sức khỏe"*. Khi nào biết là cơ thể thiếu nước? Hypothalamus trong óc gởi tín hiệu khát, nếu thiếu nước. Khi đã hết khát thì phải ngừng, nếu không nghe tiếng nói của cơ thể, hypothalamus bị xáo trộn cho tín hiệu sai vì vậy nhiều bà uống rất nhiều mà vẫn khát, người thì phù thủng.

Vai trò của thận là điều hòa nước trong cơ thể. Uống quá nhiều nước, thận sẽ suy yếu và có các triệu chứng sau:

- Tứ chi lạnh, lưng và đầu gối ê ẩm thiếu sức, bất lực vì khí lạnh của nước làm giảm thiểu khí dương, thận dương suy, bệnh khí dương xuất hiện, như phù thủng, dạ dày.
- Phổi *(thượng tiêu)* và thận *(hạ tiêu)* là hai thủy lộ và luôn luôn giao tiếp nhau *(bằng chứng: thận di động lên xuống theo nhịp thở hô hấp)*. Cho nên nếu phổi bệnh sẽ khiến cho thận suy yếu rồi bệnh theo luật tương sinh. Thí dụ hen xuyễn lâu ngày làm thận suy, sinh ra bất lực lãnh cảm.

Tóm lại, nguyên tắc dinh dưỡng theo tạng khí là giữ quân bình giữa khí âm, khí dương của thực phẩm bằng ghi nhớ hai điều căn bản sau:

- Thức ăn dương thích hợp tạng âm hàn, thức ăn âm hợp với tạng dương nhiệt.
- Dùng nhiều thức ăn âm thì hại dương, ăn nhiều thức ăn dương thì khô kiệt chân âm.
- Tránh lạm dụng ăn quá nhiều, hàng ngày một thực phẩm thịnh âm hay thịnh dương.

Nếu bất quân bình âm dương gây ra bệnh, lúc đó ta hãy nên dùng khí cuả thực phẩm trị liệu. Thí dụ như âm hàn nội tạng làm bụng đau, người lạnh, buồn ói, cảm hàn, tiêu chảy, kinh nguyệt đau… ta có thể dùng hương liệu củ *(gừng)*, quả *(tiêu, ớt)*, vỏ cây *(quế)*, hạt *(tiêu, đinh hương, hồi, muscade)*. Tóm lại, duy trì quân bình âm dương bằng biết dùng thức ăn thịnh âm hay thịnh dương thì sẽ tránh được một số bệnh của khí.

Ngày xưa cơm vua là môt phương thang và ngày nay cũng là một để tài cho chúng ta suy nghĩ tính dược liệu của ẩm thực chữa và phòng ngừa bệnh nhất là **bệnh của khí** và sống khỏe mạnh nhờ biết ẩm thực đúng cách, thí dụ như trường hợp sau khi khám bác sĩ, thử nghiệm máu, tiểu, phân, kết quả đều tốt mà bạn vẫn có triệu chứng này triệu chứng khác thì đừng chỉ nghĩ rằng *"tôi ăn uống đầy đủ,nghe lời bác sĩ tập thể dục điều hòa..."* là đủ mà bạn hãy nghĩ đến:

- *Ẩm thực trái với tạng khí, thí dụ tạng nhiệt mà cứ ăn uống đồ nóng (rượu, bia, soài, sầu riêng...) thì bệnh nhiệt sẽ nặng thêm (trĩ, mụn nhọt, áp huyết...).*
- *Thận suy són đái mặc tã mới dám đến với cộng đồng mà cứ tì tì uống nhiều nước lạnh thay vì uống **nước nóng** và uống vừa đủ.Từ nhận xét này, muốn cảm nhận được khí của nước bằng cách bạn thử (chẳng khó khăn, mất mát gì) uống nước vừa phải theo nhu cầu và uống **nước nóng** xem sao.*

Với những độc giả đi tìm sự thật thì phải hiểu rằng mỗi ngành y khoa chỉ nắm giữ một sự thật không viết hoa. Sự thật của y khoa là hiệu nghiệm *(efficacité)* chứ không phải là những lý thuyết vĩ đại.

Với những độc giả không tin cái gì vô hình thí dụ như *"Khí"* mà chỉ tin vào cái gì nhìn thấy, sờ thấy, thực nghiệm được, tác giả muốn hỏi nước nào có khoa học thực nghiệm bằng Hoa Kỳ thế mà chẳng ai nhìn thấy Thượng Đế nhưng người dân nào cũng nâng niu tờ dollar in chữ lớn IN GOD WE TRUST.

6

ÁP DỤNG KHÍ ẨM THỰC

Mai sớm một tuần trà,
Canh khuya dăm chén rượu
Mỗi nhật cứ như thử,
Lương y bất đáo gia.
(Hải Thượng Lãn Ông)

Ngoài ăn uống bình thường để sống, con người còn tìm cách lợi dụng khí ẩm thực nhằm 2 mục đích:

- *Làm tăng khí lực.*
- *Cân bằng khí âm Dương.*

Phép Tăng Khí Lực

Ngoài việc tập luyện làm tăng khí lực như tập Sa Long Cương dưỡng sinh, dịch cân kinh, khí công, Tai Chi, thiền định ... chúng ta còn tìm cách dùng thực phẩm làm tăng khí lực theo phương pháp tây phương hay đông phương.

Phương pháp tây phương

Phép dinh dưỡng tây phương đặt nặng nên 2 tiêu chuẩn:

- *Phát triển hài hòa thể xác: Ẩm thực dựa trên chế độ cân bằng số lượng chất đạm, chất béo, đường, các loại sinh tố và khoáng chất;*
- *Phát triển thể khí bằng hấp thụ một số lượng calo hàng ngày cần thiết cho hoạt động của mỗi người.*

Tại sao calo làm gia tăng khí lực? Khi quan sát các nhà thể thao, tập thể dục, chúng ta nhận thấy *càng đốt được nhiều calo thì càng có nhiều khí*. Calo *(nhiệt lượng)* ví như dầu xăng được đốt lên thì cho nhiệt năng *(khí)* làm cho xe chạy. Ẩm thực là nguồn cung cấp calo để cho cơ thể đốt lấy khí làm động cơ chuyển động của cơ thể. Các calo dư thừa sẽ biến thành mỡ làm nguyên liệu dự trữ để sản xuất khí mỗi khi cần.

Tăng khí theo Đông phương

Trong sự trao đổi điện thư giữa các cụ già với nhau, thường hay có những lời khuyên về tăng khí lực bằng lá, củ *(là tía tô, gừng với mật ong...)* và nhất là rượu thuốc gia truyền. Lời khuyên thì rất chân thành nhưng, vì thiếu hiểu biết về khí thực phẩm nên đôi khi gây hại cho bạn mình. Thí dụ có tạng khí nhiệt *(trên thì lưỡi đỏ nứt nẻ, nhức đầu dưới thì trĩ, tiểu tiện đau rát)* mà lại uống rượu thuốc "*Nhất dạ lục giao*" của vua Minh Mạng thì bệnh nhiệt sẽ tăng lên là cái chắc. Vậy trước khi dùng thực phẩm để tăng khí, các bạn hãy:

1) Xem lại bài học cơm vua *(chương 1)* để hiểu rằng bổ khí có nghĩa là làm tăng và duy trì thăng bằng khí âm Dương trong thực phẩm. Thí dụ như chè long nhãn vua ăn thì hạt sen *(âm)* nhồi trong cùi nhãn *(Dương)*, thịt vịt *(âm)* chấm với nước mắm gừng *(Dương)*.

2) Tăng khí có nghĩa là qui nạp khí nào thiếu *(khí âm hay khí Dương)* để tái lập quân bình của khí. Thí dụ sau khi sanh nở, bệnh nặng thì thân thể xanh xao, mệt mỏi, ớn lạnh... báo hiệu thiếu khí Dương. Lúc nay dùng thực phẩm dương như sâm, rượu thuốc, nước nóng... sẽ làm tăng khí lực.

3) Bổ khí huyết nếu dương hư, âm hư hay tạng nào suy yếu là thuộc về công việc của đông y sĩ

Trong khi dùng thực phẩm để tăng khí lực, chúng ta phải biết phân biệt 2 cảm nhận: *khí bốc* và *khí bổ*.

▪ **Khí bốc**: Khi qui nạp quá độ một thực phẩm Dương thí dụ như rượu thuốc[34] mà thấy hơi nóng bốc lên đầu và phóng ra da, đó là hiện tượng khí bốc làm nhiều người **lầm tưởng** là bổ khí, hiện tượng này rất nguy hiểm làm tăng áp huyết và tản khí có nghĩa là sẽ mệt mỏi sau đó.

▪ **Khí bổ**: Khí chỉ được bổ dưỡng trong tình trạng quân bình khí âm Dương. Vì vậy mà sau khi uống rượu *(rất Dương)* thì uống một ly nước chanh tươi không đường *(rất Âm)* để cân bằng khí, hoặc khi sào nấu thì thêm ít gừng *(dương)* cho thơm dễ tiêu hóa, ăn thực phẩm âm như ốc, thịt vịt *(âm)* thì quen chấm nước mắm gừng, ớt *(dương)* để tránh tiêu chảy.

Tăng dương khí

Về thực vật, có 2 loại thực vật cường dương:

▪ Loại tác động nhanh và tạm thời: rượu, hương liệu ớt khơi động nhanh dương khí *(kích thích dâm khí)* và vệ khí ngoài da *(mặt đỏ, đổ mồ hôi)*...

▪ Loại tăng cường khí dương chậm nhưng bền bỉ: sâm, nước đậu rang *(đậu đen, đỏ)*, Maca, noni...

Sâm tượng trưng dược thảo bổ khí rất thịnh hành ở Á Châu. Trên thị trường có 3 loại sâm:

▪ Sâm đỏ *(Panax ginseng)* chứa rất nhiều khí dương nên bổ ích cho người suy yếu vì bệnh, tuổi già, bất lực. Ai không nên dùng sâm đỏ? Trai tráng khỏe mạnh dưới 30 tuổi, người có áp huyết cao *(trên 130/90)*, nhức đầu kinh niên, tính tình cau có hay mất ngủ...

▪ Sâm trắng *(Panax quinquefolium)* và sâm Sibérie *(Panax quinquefolium)* ít dương khí hơn sâm đỏ nên hạp với đàn bà, người áp huyết cao.

▪ Maca *(Lepidium meyenii)* Maca là sâm của người Nam Mỹ. Cây maca được trồng nhiều trên cao nguyên Andes *(cao độ 3500*

[34] Rượu không có tác dụng chữa bệnh mà chỉ là một dung môi để dẫn thuốc, phần nhiều dùng trong trường hợp điều trị một số chứng bệnh thuộc hàn chứng, hoặc người có cơ địa hàn đang mắc chứng hàn tích đau nhức mỏi. Rượu không có tác dụng bồi bổ cơ thể, không có tác dụng làm cho cơ thể cường tráng như người ta đồn thổi đâu...

đến 4500 mét), nóng cháy ban ngày, giá lạnh ban đêm. Từ xưa dân Incas coi maca là thực vật linh thiêng và dùng làm bổ khí. Xứ Pérou sản xuất rất nhiều củ maca dưới hình thức bột hay viên. Theo kinh nghiệm của tôi, maca tương đương với sâm lại rất rẻ (nhất là mua ở Pérou) lại không có cấm kỵ như sâm nhưng nếu uống mà khó ngủ tức không hạp. Rất nhiều huyền thoại về maca, năm 2003 đội túc cầu Cienciano thắng giải vô địch Nam Mỹ, đa số cầu thủ trên 30 tuổi, được giải thích là đã uống thường xuyên maca.

Trái noni *(Morinda citrifolia*). Cách đây 2000 năm, tại một số đảo trên Thái Bình Dương, người Polynésiens đã dùng trái cây noni làm thuốc bổ khí. Trên thị trường, trái noni được bán dưới hình thức nước và viên.

Còn dân ăn mặn thì tìm ăn cật heo bò, thịt dê, dái dê, hải cẩu v.v

Tăng âm khí của đàn bà: cao, nhung…

Lộc hươu, nai, mu rùa, được cạo rửa sạch sẽ rồi đem nấu rút lấy chất tinh túy đọng lại thành cao để bổ âm chất.

Nhung là lộc non của hươu, nai phơi khô tán thành bột.

Cân Bằng Khí Ẩm Thực

Sau khi đã biết quan sát và cảm nhận khí ẩm thực rồi thì chúng ta thử nghiệm cách quân bình khí âm dương. Khi có triệu chứng bất quân bình khí âm dương, chúng ta bắt đầu cảm nhận bằng quan sát dấu hiệu âm bệnh hay dương bệnh.

1. Âm bệnh

Vì ăn uống quá nhiều thực phẩm dương *(rượu, quế, sầu riêng, mít…)* khiến cho dương khí quá thịnh biến thành hỏa đốt cháy âm khí nên gây ra các triệu chứng như táo bón, chảy máu cam, tiểu rát đau, đại tiện *(trĩ)* ra máu, người khô ráo…

Cách quân bình khí là dùng thực vật bổ âm hạ hỏa như nước lạnh, trái cây, dưa leo, dưa hấu, hoa cúc…bột sắn nguyên chất[35];

2. **Dương bệnh**

Lạm dụng thực phẩm quá âm hàn như dưa hấu, dưa leo, nước rau má, nước lạnh… có thể làm tổn thương dương khí với các triệu chứng tiêu chảy, hay ớn lạnh, hồi hộp, tiểu nhiều lần… Các thực phẩm cho nhiều khí dương như rượu, gạo rang, gừng, quế ... sẽ cân bằng khí.

Dưới đây chúng tôi nêu vài thí dụ dùng khí âm dương của thực vật để quân bình khí vài bệnh thông thương như tiêu chảy, táo bón, cảm gió…

Táo bón

Táo bón vì ăn quá ít chất sơ *(fiber)*, thuốc trụ sinh làm xáo trộn môi sinh trong ruột già như thiếu bacilles lactiques, người quá suy yếu vì bệnh nặng, thì chữa trị theo cách khác.

. Quan sát

Với người khỏe mạnh, táo bón thường gây ra bởi khí dương thực phẩm làm khô kiệt tân dịch trong ruột với triệu chứng: phân khô, cứng, rặn mạnh lâu mới đẩy được cục phân, không đại tiện được lúc mình muốn, môi nứt hay khát nước, mặt đỏ miệng hôi, rêu lưỡi vàng và khô. Trong trường hợp này, nguyên tắc chữa trị tự nhiên là dùng thực phẩm nhiều khí âm lạnh để quân bình với khí dương quá thịnh.

. Cách quân bình khí

Sáng sớm ngủ dậy, vắt 2 trái cam vào một ly nước lạnh uống trước khi ăn sáng để rửa ruột bằng khí âm cho tới khi hơi tiêu chảy.

Uống nhiều nước lạnh ăn nhiều dưa chuột, dưa hấu, rau xanh lá, củ cải đường chứa nhiều khí âm lạnh.

---

[35] Mỗi ngày uống một muỗng bột sắn pha trong tách nước lạnh. Sau hai ba lần là hạ hỏa. Bột sắn mua ở chợ phần nhiều là giả hoặc có pha thêm bột khác, nên mua chỗ quen biết

Tiêu chảy

Sau khi dùng trụ sinh không kết quả, kết quả thử nghiệm phân thì bình thường không phải do khuẩn, vi khuẩn, nhưng tiêu chảy không ngừng là đến lúc nghĩ đến ẩm thực không hợp khí âm dương.

. Quan sát rồi thử nghiệm

Khí âm quá lạnh của thực phẩm thường gây ra bệnh của bộ tiêu hóa nhất là tiêu chảy với phân lỏng như nước, bụng đau và có cảm giác bị đè, không ăn ngon lại khó tiêu, mất kí và suy nhược.

Trước nhất xem nguyên nhân có phải là khí âm của thực phẩm không thì làm cái test:

- Ngừng ăn các thực phẩm âm như: nước lạnh, đồ ăn sống hay để lạnh và chỉ ăn và uống nóng.
- Chườm nước nóng khoảng 20 phút chung quang rún.

Tiêu chảy bớt dần, người dễ chịu là dấu hiệu xác nhận khí âm hàn của thực phẩm là nguyên nhân.

. Nguyên tắc trị liệu

Bồi bổ khí dương bằng thực phẩm dương có khí nóng và ngừng hẳn các thực phẩm âm tức ngược lại cách trị liệu táo bón.

Dùng khí dương của các thực phẩm sau để hóa giải âm hàn bên trong:

- Nước uống nóng: 1. Nước gừng: dùng các nhát gừng rang vàng pha với nước sôi; 2. Nước cà rốt: nấu cà rốt, pha với đường muối (vị ngọt bổ tì khí, vị mặn bổ thận khí);
- Đồ ăn: gạo rang vàng nấu cháo với gừng, khí dương nóng của đồ ăn uống tái lập quân bình âm dương bên trong, nên tránh rượu, đồ ăn nhiều sơ làm hại màng ruột.

Khi khí âm dương đã quân bình thì trở lại chế độ dinh dưỡng bình thường.

Cảm gió

Cảm lạnh và cảm nắng là hai sắc thái của cảm gió.

Cảm lạnh do thời tiết biến đổi đột ngột lúc người mệt nhọc, bị mắc mưa, đêm ra ngoài bị cảm sương… thường có triệu chứng nước mũi chảy tong tong, hắt xì, hơi nhức đầu và ho, sợ gió lạnh, thích uống nóng.

Cảm nắng gây ra bởi khí dương của nắng mặt trời xâm nhập vào cơ thể khi đứng dưới trời nắng quá lâu. Triệu chứng là có sốt.

Hầu hết Việt Kiều tỵ nạn sống trong vùng khí hậu mát, lạnh nên thường bị cảm lạnh phải dùng thực phẩm dương dưới đây để tống xuất phong hàn. Nguyên tắc chữa trị là dùng khí nóng chống khí lạnh, bổ khí bên trong và làm đổ mồ hôi cho khí lạnh đi ra theo lỗ chân lông bằng phương pháp sau[36].

- *Phương pháp xông cho ra mồ hôi[37] và kích thích vệ khí trên da: ngồi bên cạnh một nồi nước sôi lớn chứalá thơm có tinh dầu để khử phong thông khiếu như lá chanh, lá sả, tía tô, bạc hà, lá gừng, lá tre… rồi phủ cái chăn lên người cho đổ mồ hôi. Ở hải ngoại ta có thể tắm hơi nóng cho đổ mồ hôi, rồi ăn tô súp rau thật nóng hoặc bát cháo như trên. Phương pháp xuất hạn này không áp dụng được cho người suy nhược hoa mắt chóng mặt, người già yếu, người có bệnh tim (vì mồ hôi là tân dịch của tim).*
- *Sau đó ăn bát cháo chứa vị cay (tiêu, ớt, tỏi, gừng) thật nóng. Cùng một phương pháp này, người Jamaïque uống trà hạt tiêu (poivre de la Jamaïque) thiệt nóng chữa cảm lạnh.*

Trị liệu bằng mùi thơm

Quế, đinh hương cho tinh dầu dùng để uống hay xoa bóp làm cho da nóng, chống bệnh âm *(chậm tiêu, chậm kinh nguyệt, đau bụng, ói mửa)*. Lạm dụng tinh dầu của quế có thể sanh bệnh, vì vậy, kỹ nghệ thực phẩm âu châu ấn định 2mg mùi thơm chất coumarine của quế trong 1kg thực phẩm. Tại Đức, các em nhỏ *(dưới 15Kg)* được khuyến cáo không nên ăn quá 4 cái bánh chứa quế Zimtsterne mỗi ngày để tránh chảy máu cam.

[36] Tại Việt Nam còn cạo gió (đặc biệt trị cảm nắng) và trị cảm lạnh bằng đánh cảm bằng trứng gà với đồng bạc nguyên chất, bằng cám rang, bằng gừng giã pha với rượu.

[37] Hàn khí sẽ theo mồ hôi đi ra ngoài

Gừng chứa 1 đến 3% tinh dầu trong tế bào bốc ra mùi thơm, được dùng để trị liệu và điều hòa khí âm dương trong thực phẩm. Trong vấn đề trị liệu, gừng được xử dụng rất nhiều như:

- *Gừng rang pha nước sôi hoặc đun với cháo để chữa bệnh tiêu chảy.*
- *Khi bị cảm phong hàn, người Bắc giã gừng trộn với mỡ tóc để đánh gió.*
- *Kẹo gừng hay ngậm miếng gừng nếu bạn buồn ói bởi giao thông say sóng, máy bay.*
- *Trong nấu nướng, dùng gừng để tăng vị giúp tiêu hóa nhất là để điều hòa khí âm khi ăn các động vật âm như món thịt vịt luộc, hàu, sò nghêu, ốc hấp bọc lá gừng...*

Nước đá hay nước nóng?

Hỏi có mấy ai tránh được đau vai, đau lưng, đau đầu gối ? Lời khuyên thông thường là chườm nước đá uống và thuốc chống đau *(anti inflammatoire)*. Trong trường hợp nếu cái đau trở thành mãn tính, uống thuốc như ăn kẹo thì phải suy nghĩ lại và đặt câu hỏi?

Có 2 loại đau: Đau viêm tế bào *(douleur inflammatoire)* và đau khí *(douleur énergétique)*.

1) Bốn đặc tính của đau viêm là da chỗ đau có màu đỏ, sưng, nóng, đau *(Rougeur, chaleur, enflure, douleur)*. Trong trường hợp này cái lạnh của nước đá sẽ giúp cho giảm đau và khỏi đau là vì lấy âm *(nước đá)* trị dương *(nóng, đỏ, sưng)*.

2) Nếu chỉ đau mà da chỗ đau không có triệu chứng **sưng, đỏ, nóng** thì đó là đau khí *(douleur énergétique)* và phải dùng khí nóng của nước[38] hay moxa[39] làm cho khí huyết lưu thông thì mới khỏi đau. Nếu chườm nước đá bệnh sẽ trở nên mãn tính. Đây là kinh nghiệm của tôi *(Xuân Tàm, đông y sĩ)* đã chữa trị nhiều trường hợp như thế, vậy các bạn cứ thử nghiệm xem, không nguy hiểm mà lại chẳng tốn kém gì. Việc thử nghiệm này rất cần thiết cho những người lớn tuổi bị **đau lưng** ngang hông trước khi có quyết định theo chữa trị tốn tiền và nguy hiểm.

[38] Nếu dùng nước nóng thì mua cái túi bouillotte d'eau chaude bằng cao su tại tiệm thuốc tây
[39] Moxa là ngải cứu của các nhà châm cứu dùng để hơ nóng

"Cái già sồng sộc nó thì theo sau"

Lúc còn trẻ, tạng phủ tốt thì ăn theo khoái khẩu mà cũng chẳng sao. Nhưng đến tuổi già hưu trí, bệnh này bệnh kia xuất hiện là lúc làm ta suy nghĩ không những cuộc đời đã qua mà cả vấn đề ẩm thực cho sức khỏe của những năm còn lại.

Vậy chúng ta hãy lắng nghe các lời khuyên dưới *đây* của tiền nhân.

"Trước tiên, hãy lấy thực phẩm làm dược liệu" *(Lời tổ sư y khoa tây phương Hyppocrate)*

"Thày thuốc giỏi thì ngừa bệnh chưa phát, dở là chữa bệnh khi đã phát" *(Lời tác giả cuốn kinh điển Hoàng Đế Nội Kinh của y khoa đông phương).*

"Thực phẩm và dược liệu cùng chung một gốc rễ" *(Lời đông y Việt).*

Còn lắng nghe lời khuyên của bạn bè nhất là của bạn già, hay khuyên ta ăn trái cây này, rau cỏ kia rất tốt. Tuy lời khuyên rất thành thực nhưng bạn phải biết:

- *Tạng khí của mình thuộc hàn (lạnh) hay nhiệt (nóng).*
- *Nhận diện khí âm dương của thực phẩm theo lời khuyên để xem có thể tiếp nhận hay không.*
- *Sau khi qui nạp thực phẩm nên theo dõi phản ứng bất thường của cơ thể. Thí dụ sau khi uống nước rau má, bụng hơi quặn đau lại hơi tiêu chảy có nghĩa là rau má (âm) không hạp với tạng khí (âm) của bạn, hoặc là uống rượu thuốc mà huyết áp tăng lên là phải ngừng ngay.*

Phần 3

ẨM THỰC TRONG THỂ TÂM LINH

Hiện nay, đa số dân Việt vẫn thờ cúng tổ tiên tại nhà và cúng thần thánh tại đình miếu. Điểm đặc biệt của tục lệ thờ cúng này là:

- Tổ chức mâm cơm cúng thịnh soạn đặt trước bàn thờ,
- Khấn vái mời vong hồn tổ tiên hay thánh thần về thụ hưởng.
- Sau khi tổ tiên thánh thần đã thụ hưởng thì các món ăn thường tình của cơm cúng gia tiên và thánh thần trở nên ***"linh*** 靈***"***.

Tại sao có tín ngưỡng này trong ẩm thực? Muốn trả lời, chúng ta cần hiểu 3 điều:

- Ý niệm hồn và vía (phách),
- Ý nghĩa linh thiêng
- Thực phẩm bình thường trở nên linh.

Hồn vía

. **Hồn** 魂 là phần tinh thần của mỗi người rất linh thiêng nên gọi là linh hồn, hồn ngụ trong tâm 心 tức tim *(Tâm hồn:* 心魂*)*. Sau khi chết hồn bay lên trời.

. **Vía** là tiếng Việt đồng nghĩa với tiếng Hán Việt phách 魄, Vía[40] là mặt tối của hồn tức mặt âm nên hồn vía hay đi đôi với nhau như cặp âm dương[41] .

Lúc sống vía ngụ trong phế *(phổi)* và cùng hồn quyện với nhau, đến lúc chết thì hồn phách lìa nhau[42]. Sau khi chết, **vía** *(vong hồn)* **còn ở lại trần thế**[43], đôi khi hiện ra mà ta thường gọi là ma[44], quỉ[45]. Vì tin rằng vía người chết còn tại thế nên mới có văn hóa cơm cúng tại nhà và ở đình để cúng vong hồn người chết.

Khi đề cập đến cõi vô hình, chúng ta hay dùng cụm từ *"linh thiêng"* để nói về vong hồn tổ tiên, thần thánh.

Linh靈 *(Divine)*.

Khí tinh anh của khí dương gọi là thần 神 ngụ trong tim *(tâm)* dưới dạng hồn, khí tinh anh của khí âm gọi là linh 靈 nên người chết gọi là linh, ý nói hình chất tuy nát, tinh anh của khí âm vẫn còn trên trần thế mà ta gọi là vía, phách và đặt bài vị thờ người chết gọi là thiết linh 設靈. Từ quan niệm này mà có cụm từ **tâm linh** để chỉ tín ngưỡng dân gian về cõi vô hình của hồn vía. **Tâm** chỉ Thần hay linh hồn ngụ trong tim**, linh** chỉ phách, vía người chết.

Thiêng

Thiêng *(tiếng Việt)* đi kèm theo linh *(Hán Việt)* để chỉ linh ứng, linh hiển. Từ cõi vô hình mà vong hồn người chết hoặc của thần thánh "*hiển linh*" khiến cho người sống cảm nhận được thì gọi là linh thiêng. Hiện

[40] Theo từ điển Thừa Chửu, Vía là tinh khí của con người. Phàm vật gì tinh khí hết kiệt, chỉ còn hình chất thì gọi là phách

[41] Nên thường nói:"*thất hồn lạc phách*" 失魂落魄 hết hồn hết vía, "*hồn phi phách tán*" 魂飛魄散 hồn bay phách tán.

[42] Đoạn trường tân thanh có câu: " *Kiều rằng những đấng tài hoa, Thác là thể phách còn là tinh anh*"

[43] Tại xã Nam Sơn, Bắc Ninh, chùa cổ Hàm Long giúp tín đồ " *nhốt vong*" những người chết vào " *giờ Trùng*"

[44] Ma là tiếng Hán dịch từ chữ Mảra Ấn Độ chỉ thần dục vọng

[45] Quỉ: vong hồn dân thường, tiểu nhân; Thần: Vong hồn vua quan, quí nhân...

tượng hiển linh của vong hồn là nền tảng của tín ngưỡng thờ cúng tổ tiên, thần thánh và sự tồn tại của Đạo Mẫu, lên đồng từ thời tiền sử.

Tại sao một thực phẩm bình thường trở nên linh thiêng?

Lộc của thần thánh ban cũng như thụ hưởng cơm cúng tổ tiên đều được dân Việt coi là linh có tác dụng phù trợ cho người sống. Muốn hiểu điều này thì xin mời các bạn:

Tham dự lễ rước *"ông Bồ*[46]*"* trong lễ hội làng Đồn Sơn, xã Yên Đức *(Đông Triều)*. *"Ông Bồ"* là con lợn từ vật nuôi bình thường. Tại sao con lợn lại được dân kính cẩn gọi là Ông Bồ?

Câu hỏi chung đó của người Việt đã được người dân xã Yên Đức trả lời như sau: *"Khi con lợn (tuy ngu như lợn, mặt lợn...) được gắn với nghi thức của lễ tế, được vong hồn Thần thụ hưởng thì trở nên linh thiêng bởi các yếu tố tâm linh của tế thần"*. Đó là lý do cơm cúng tổ tiên, thánh thần được coi là linh, là yếu tố văn hóa vô thể của ẩm thực.

Rước "ông Bồ"

[46] Được gọi là "*ông Voi*" tại lễ hội đình Trà Cổ, Quảng Ninh, tổ chức vào ngày 1/6 âm lịch hằng năm

7

CƠM CÚNG

Biểu Tượng Văn Hóa Ẩm Thực Của Tín Ngưỡng Dân Gian

Theo tín ngưỡng của dân gian, sau khi những thức ăn thường tình đặt trên mâm cơm cúng để cúng vong hồn tổ tiên và thần thánh thì cơm cúng trở nên **linh.**

Các điều kiện dưới đây làm cho cơm cúng linh:

- *Vị trí: Cơm cúng được đặt trước bàn thờ gia tiên hay bàn thờ thần thánh là nơi cư ngụ của vong hồn.*
- *Khung cảnh: Tạo bầu không khí thơm tho, trong lành nên phải thắp nhang, đốt trầm để đón tiếp vong hồn về thụ hưởng,*
- *Món ăn: Mâm cỗ cúng phải nóng, thơm, nghi ngút với khói nhang, là vì hương thơm (mùi là dương) của món ăn bay lên trời để cho linh hồn (dương) ở trên cao thụ hưởng được; còn ngũ vị (chua, cay, ngọt, đắng, mặn) trong món ăn là âm dành cho vong hồn (âm) và con cháu thụ lộc.*
- *Cung kính: Đồ ăn cúng không được ăn trước, nấu nướng hết sức cẩn thận, chu đáo bày biện trang trọng, thái độ cung kính.*
- *Cách tưởng nhớ: Ngoài các món ăn thông thường cơm cúng gia tiên thường có thêm một món mà người quá cố ưa thích lúc sinh thời và cơm cúng tại đình thì có thêm món "hèm" là món của thần hay ăn thí dụ như món hèm của đình Đình Bảng là món thịt chuột.*

Về cơm cúng, chúng ta có:

- *Cơm cúng tại gia vào các dịp: cúng vong hồn tổ tiên vào ngày giỗ kỵ, cúng các thần thánh vào dịp Tết (cúng ông Táo, cúng quan Hành Khiển).*
- *Cơm cúng tại đình làng,*
- *Cơm cúng tổ tiên vào ngày Tết.*

Cơm Cúng Tại Gia

Cúng tổ tiên ngày giỗ kỵ

Mâm cơm cúng được đặt trước bàn thờ gia tiên trong bầu không khí trang nghiêm, nghi ngút khói hương. Gia chủ quì lạy, khấn khưa kính mời vong hồn về thụ hưởng, tiếp theo là con cháu lần lượt đến lay trước bàn thờ[47].

Bàn thờ gia tiên

Mâm cơm cúng

[47] Bàn thờ là vũ trụ thu nhỏ theo triết lý Lão Giáo để làm nơi cư ngụ cho **vong hồn** nên các đồ thờ được sắp xếp như sau: bát nhang hình tròn tượng trưng cho " Vô Cực ", lư đồng tượng trưng Thái Cựcđặt giữa 2 chân đèn biểu tượng âm dương, ngũ hành là Kim (lư đồng, chân đèn), Thủy (nước trà, rượu), Mộc (chân cây nhang, đũa, khung gỗ bài vị), Hỏa (ngọn đèn), Thổ (cát trong bát nhang, đồ băng sứ); Triết lý Tam Tài (Trời, Đất, Người) được biểu tượng bởi 3 chén nước hoặc 3 chén rượu hoặc bởi bộ tam sơn.

. Mâm cỗ cúng giỗ miền Bắc

Mâm cỗ cúng giỗ truyền thống của người miền Bắc sẽ bao gồm những món như: Xôi *(đỗ xanh, đỗ lạc, gấc)*, thịt gà luộc, giò, chả, thịt lợn luộc, cơm trắng, trứng gà luộc, miến xào măng khô, mộc nhĩ

. Mâm cỗ cúng giỗ miền Nam

Mâm cỗ sao cho tươm tất và phải có đủ bốn món gồm: Món hầm, món luộc, món xào và món kho.

- Món hầm: Thịt lợn hầm măng tre, xương hầm củ quả...
- Món luộc: Thịt lợn ba chỉ luộc cắt mỏng, thịt gà luộc...
- Món xào: Rau cải xào, củ cải xào...
- Món kho: Thịt lợn kho, cá lóc kho nước dừa...

Cúng gia thần

Từ cổ xưa, cứ mỗi độ xuân về, dân ta chuẩn bị ăn Tết: sửa soạn cỗ bàn, gói bánh chưng, bánh tét, lau chùi bàn thờ gia tiên… rồi trồng cây nêu trước nhà làm tín hiệu Tết đến.

Cơm cúng Ông Táo

Vào ngày dựng nêu 23 tháng chạp, ông Táo về Trời nên gia đình làm mâm cơm cúng tiễn ông Táo. Mâm cơm cúng nhất thiết phải có cá chép để ông Táo có thể vượt Vũ Môn[48].

Mâm cơm cúng ông Táo có cá chép sống

Cơm cúng quan Hành Khiển lúc giao thừa

Hàng năm, Ngọc Hoàng cử quan Hành Khiển *(Đương niên chi thần)* xuống cai trị dân gian trong 12 tháng cùng với phụ tá là Hành Binh *(quan võ)* Phán Quan *(lo ghi chép)*. Hàng năm, cứ đúng giao thừa là lúc bàn giao giữa quan Hành Khiển mới và cũ nên mới gọi Đêm Trừ Tịch *(Trừ là trao lại chức quan, Tịch: ban đêm tức là đêm ngày cuối của tháng chạp là lúc năm cũ kết thúc, năm mới bắt đầu)*. Cúng giao thừa là cúng ở ngoài trời nhằm đón các thiên binh dưới quyền các quan Hành Khiển, là vì giữa trời và trần gian là sự lên xuống của thần thánh vào ngày Tết nên cây nêu tre tượng trưng cho trục vũ trụ nối liền trời với đất và cây nêu là

[48] Ông Táo là vị thần do Ngọc Hoàng sai xuống che chở cho mọi gia đình và ghi mọi việc tốt xấu để đến ngày 23 tháng chạp thì trở về trời tâu lên Ngọc Hoàng. Tại sao cúng cá chép? Bay lên trời được thì phải cỡi cá chép là vì khi vượt qua Vũ Môn thì cá chép hóa thành rồng mới tiếp tục bay được.

cái thang để thần thánh lên trời, vì vậy mà ngọn cây nêu phải có nhiều túp lá tre trông như mây trời và người dân thi nhau dựng nêu cao.

Mâm cỗ cúng quan Hành Khiển lúc giao thừa

Cơm Cúng Ngày Tết

Theo tập tục thì ngày mồng Một Tết, nhà nào cũng soạn một mâm cỗ Tết trước là để cúng ông bà theo đạo hiếu sau là sum họp mọi người trong gia đình ăn uống no nê như câu tục ngữ: Đói giỗ cha, no ba ngày Tết. Cả ba miền Trung, Nam, Bắc đều có cái tập tục chung đó nhưng về các món ăn trên mâm cỗ Tết thì có mang màu sắc khác nhau vì điều kiện lịch sử, kinh tế. Miền Bắc với trung tâm văn hóa Thăng long có chiều dày lịch sử, ẩm thực sành điệu, thanh nhã cả ngàn năm nên cỗ bàn của Thăng Long nổi tiếng nhất trong văn hóa ẩm thực và ngày nay mâm cỗ Tết truyền thống vẫn là khuôn thước của nết ăn ở, là chuẩn mực của nét hào hoa, là một bài thơ ẩm thực của Thăng Long truyền lại cho con cháu. Trái lại mâm cơm Tết của miền Nam phản ánh ngay đời sống phong phú, thoải mái không câu nệ của miền đất mới.

Mâm cỗ Tết miền Bắc

Bánh chưng
Bên ngoài xanh lá dong xanh,
Bên trong nếp đỗ mỡ hành hạt tiêu.
Gói nghĩa tình, gói yêu thương,
Dẻo thơm từ thuở Lang Liêu tới giờ.

Nhiều người miền Bắc xưa thuộc thành phần khá giả, sĩ phu rất chuộng về hình thức nên trong mâm cơm ngày Tết được chuẩn bị rất công phu, rất cầu kỳ, đủ lệ, đủ món, đẹp mắt nhưng phải sắp xếp theo đúng quy cách tứ trụ 四 柱, có nghĩa là mỗi mâm cỗ Tết[49] có ít nhất 4 bát, 4 đĩa tạo thành 4 cột trụ chống đỡ mâm cỗ[50].

Tứ trụ 4 bát chiết yêu[51]:

- 1 bát chân giò lợn hầm với măng,
- 1 bát miến nấu lòng gà,
- 1 bát bóng thả nấu với chân tẩy[52] và nước dùng gà,
- 1 bát mọc nấm thả.

Tứ trụ 4 đĩa thức ăn gồm có:

- 1 đĩa thịt gà luộc *(gà trống thiến)* rắc lá chanh sắt nhỏ, chấm với muối tiêu chanh,
- 1 đĩa thịt lợn,
- 1 đĩa giò lụa, giò xào, giò thủ, giò tai,
- 1 đĩa chả quế.

Mâm cơm Tết sắp xếp theo tứ trụ

[49] Đỉnh cao của ẩm thực Hà Nội là cỗ: *Cỗ tứ quí, cỗ cưới, cỗ nhà đám*, cỗ một tầng, hai tầng, hoặc cỗ ba tầng, bốn tầng;ngày xưa có phường nấu cỗ thuê

[50] Nay nhiều người không hiểu chữ trụ (cột) của người xưa dùng nên giải thích sai lầm tứ trụ là 4 mùa, 4 hướng. Từ ý niệm tứ trụ,Nhà giầu, quan tước bày mâm cỗ lớn thì biến tấu thành 6 bát và 6 đĩa hoặc 8 bát, 8 đĩa (bát chân). Bốn bát thêm gồm bát su hào thái chỉ ninh kỹ, bát chim câu hầm nguyên con, bát gà tần hoặc bào ngư hay vi cá hầm. Bốn đĩa thêm gồm đĩa thịt đông, đĩa giò thủ, đĩa nem rán và đĩa nộm su hào, đĩa nộm rau cần, cuốn diếp với cơm rượu hay cuốn bỗng (bỗng là cơm rượu). Cỗ bày thành nhiều tầng, ngăn giữa các tầng là chiếc mâm đồng nên mới có câu "*mâm cao cỗ đầy*". Mâm càng đầy càng thể hiện lòng thành kính với tổ tiên, thể hiện được sự khéo léo, giỏi thu vén, sắp xếp của người đứng bếp.

[51] Loại bát nhỏ vừa phải hẹp dần từ giữa bát xuống đáy

[52] Chân tẩy gồm có su hào, cà rốt, củ đậu được thái mỏng theo những hình hoa đẹp đẽ

Các món ăn đựng trong tứ trụ bát, đĩa phần lớn tập trung trong 4 chữ *"giò nem ninh mọc"*. Giò, chả, nem giữ vị trí trung tâm của mâm cỗ Tết. Lý do là thứ tự thưởng thức các món cũng rất được người miền Bắc chú trọng, theo đúng tình tự thì các món bày trên đĩa sẽ được dùng trước, thường là nhắm với rượu và ăn chung với xôi sau đó mới đến các món bày trong bát thì dùng sau.

Ngoài món ăn tứ trụ bát đĩa, các món ăn không thể thiếu được là:

- *Bánh chưng đi kèm với đĩa hành nén (dưa hành).*
- *Đĩa xôi gấc để màu đỏ thắm của gấc mang lại may mắn.*

Canh măng khô hầm chân giò — *Đĩa nem rán* — *Đĩa giò lụa*

Hành muối — *Thịt đông* — *Xôi gấc*

Mâm cỗ Tết miền Trung

Nem chua
Lá chuối xanh êm một khoảnh vườn
Giấu miếng đêm hồng khe khẽ hương
Dâng chút lên Tiên từ da thịt
Thỏa thú bình dân lẫn Đế vương.

Những món ăn cơ bản thường thấy trong mâm cỗ Tết miền Trung bao gồm **gà luộc, thịt heo, bánh tét, nem chua, dưa hành, ram cuốn,…** Ngoài ra người miền Trung cũng chú trọng đến yếu tố lưu trữ nên một số người cũng làm những món mặn như **thịt kho, tôm rim, gà rán, nem, thịt ngâm nước mắm,…**

Đặc biệt, người miền Trung rất thích ăn những món cuốn nên không thể nào thiếu đi các món như **thịt luộc, cá hấp cuốn bánh tráng, nem lụi,…**

Mâm cỗ ngày Tết của người dân miền Trung.

Giò bò tiêu sọ — *Nem chua* — *Dưa món*

Thịt heo ngâm nước mắm — *Bò kho mật mía* — *Bánh tổ (nếp, đường, gừng, mè)*

Cỗ Tết miền Nam

Bánh tét
Nếp xào thơm dẻo đậm đà,
Đậu bùi, chuối ngọt nhìn qua là thèm.
Sợi mỡ béo ngậy hòa thêm,
Thành hương vị bánh độc quyền Vĩnh Long.

Trái ngược với thời tiết giá rét của miền Bắc, miền Nam vào Tết không khí vẫn còn vương nắng nóng. Với đặc thù nhiều sản vật trù phú, cây trái sum suê nên cỗ Tết ở đây có phần phong phú, và ít nặng nề về nghi thức, kỹ lưỡng như của miền Bắc. Trên thực tế mâm cỗ Tết phương Nam thể hiện đậm nét văn hóa mộc mạc, không cầu kỳ trong chế biến và bày biện, sử dụng nhiều nguyên liệu từ tự nhiên hơn là nuôi trồng.

Các món chính là thịt kho nước dừa *(thịt kho riệu, thịt kho hột vịt)* ăn với dưa giá hay kiệu chua, khổ qua nhồi thịt, tai heo ngâm chua ngọt, gỏi ngó sen, lạp xưởng, thịt nguội nhồi, gà rút xương, thịt heo luộc chấm nước mắm, giò heo nhồi, gỏi bì heo cuốn, chả giò, gỏi tôm thịt ngó sen, phá lấu, canh măng *(được nấu bằng măng tươi chứ không phải măng khô như miền Bắc)*...

__Thịt kho__ mềm bở mỡ loang
Tô vàng __trứng__ mỏng điệu đàng vây quanh
Ăn cùng __dưa giá, hẹ xanh__
__Khổ qua__ dồn thịt, món canh mát lòng.
Bạch Liên

Đặc biệt là bánh tét, bánh ít đi kèm với đĩa củ cải ngâm nước mắm

Sắc hương ngày Tết thêm gần
Đôi câu đối đỏ sáng dần mực xưa
Rộn ràng đợi phút giao thừa
Bánh chưng bánh tét cũng vừa ngát hương.

Mâm cỗ Tết miền Nam

Tai heo ngâm giấm *Thịt dồi trong bao tử heo* *Canh khổ qua* *Thịt heo kho trứng*

Cơm Cúng Tại Đình Làng

Lòng tin vào vong hồn của thần Thành Hoàng thụ hưởng cơm cúng và che chở thôn dân là một sắc thái văn hóa vô thể của ẩm thực cộng đồng. Tại nông thôn, cơm cúng chính thức tại Đình làng được tổ chức vào ngày lễ hội để tế lễ thần Thành Hoàng. Hai sinh hoạt chính liên quan đến cơm cúng Thần là:

- Nấu cơm thi.
- Giết gà mổ heo, bò.

Thổi cơm cúng Thần Làng

Nhiều làng ở miền Bắc ngày nay còn tổ chức lễ hội cơm thi tại sân đình[53] *vừa để cúng thần vừa để duy trì truyền thống nấu cơm ngon*. Cơm dự thi được làng dùng để cúng tế. Sau đó mời các vị chức sắc, lão làng cùng ăn. Tục lệ thổi cơm thi là **duy trì truyền thống thổi cơm ngon** của xứ nông nghiệp.

[53] Thi thổi cơm là một trò chơi. Dần dần thay đổi...
Có nơi: Mỗi người bắc một cái bếp, một cây tre non, và một con dao, vừa vót tre vừa thổi, lấy tre ấy mà đun bếp, hễ ai thổi chín trước thì được giải. Lại có nơi vừa ăn mía vừa thổi cơm, lấy bã mía mà đun bếp .
Thi thổi cơm của làng Chuông, tỉnh Hà Đông rất khó. Có hai giải.
Giải dành cho gái làng thì người dự thi phải vừa thổi cơm vừa trông một đứa bé con người khác, vừa phải giữ một con cóc thả trong một vòng tròn.
Ai thổi nồi cơm chín dẻo, dỗ cho đứa bé không khóc, giữ cho con cóc không nhảy ra ngoài vòng thì thắng giải.
Giải dành cho trai làng thì người dự thi phải bơi thuyền từ bờ đầm hay bờ ao bên này, chở các thứ cần dùng sang bờ bên kia. Bếp lửa phải đặt trên bờ, còn người thổi cơm thì ngồi dưới thuyền.
Có làng bắt người dự thi một tay xách con vịt sống, vai gánh đủ các thứ cần thiết. Nào nồi, nào bếp, gạo, nước, củi. Vừa đi vừa thổi cơm.
Làng Tích Sơn, tỉnh Vĩnh Yên có tục thổi cơm thi đầu năm. Nồi cơm được thổi trước tại nhà, mang ra đình dự thi.

Thí dụ lễ hội thổi cơm ở làng Thị Cấm

Cứ đến ngày mùng 8 tháng Giêng âm lịch hằng năm, người dân làng Thị Cấm *(phường Xuân Phương, quận Nam Từ Liêm, TP Hà Nội)* lại cùng nhau họp mặt tại sân đình làng để cùng tham gia thổi cơm thi truyền thống. Đúng 11 giờ, một hồi trống nổi lên, dứt tiếng trống, cuộc thi bắt đầu qua các giai đoạn chính sau[54]:

- *Thi kéo lửa, ma sát đốt nóng thanh tre tạo ra lửa và bén vào bó rơm. Các thành viên ra sức thổi vào bó rơm để lửa bén to hơn. Thổi lửa cho nồi cơm sôi đến khi nồi vừa cạn nước,*
- *Ủ nồi cơm bằng tro rơm khoảng 20 phút cho chín đều,*
- *Cơm đã chín, ban giám khảo xới 4 bát (một bát mỗi đội) để dâng lên Thành Hoàng làng là Tướng quân Phan Tây Nhạc đời Vua Hùng thứ 18.*
- *Sau đó 4 bát cơm được mang ra gian ngoài của đình làng để chấm điểm công khai trước người dân và thành viên của 4 đội tham dự.*

Hình ảnh thổi cơm thi tại làng Thị Cấm

Sửa soạn thổi cơm

Giấu nồi cơm trong tro chờ chín

Xới 4 bát dâng Thần

---

[54] Tất cả các thứ cần dùng như gạo, nước, củi, nồi (hay niêu), lửa, được ban tổ chức sửa soạn trước.

Hình ảnh lễ hội thổi cơm thi tại các làng

Giết gà mổ heo, bò

Cơm làng mà cả dân làng đều dự thì được tổ chức qui mô vào ngày hội hè, đình đám cúng tế Thành Hoàng[55] *(Lễ hội Kỳ Yên ở Nam Kỳ)*. Vào dịp này, thì giết gà mổ heo, bò và dân làng vui vẻ đóng tiền để được dự tiệc, chia phần và có dịp ăn thịt. Tổ chức cơm làng được qui định trong hương ước của làng[56].

Đồ cúng

Mâm cơm cúng ở Đình làng nhất thiết là phải có đài rượu *(Vô tửu bất thành lễ)*, mâm xôi, con heo hay gà *(con sinh)*[57], trái

[55] Các lễ tiệc nhỏ thì có hạn chế số người tham dự như ngày lễ sóc, vọng, lễ Thượng Điền và lễ Hạ Điền. .. Thí dụ, mỗi tháng ngày sóc (mồng một) ngày vọng (hôm rằm), mấy bô lão dâng ỏan chuối, trầu rượu để lễ Thần. Đoạn đem chia một nửa làm cỗ " kiến viên " để các bô lão ở đó uống rượu, còn nửa kia chia mỗi người một miếng cho được " quân chiêm thần huệ "

[56] Thí dụ, trong hương ước làng Phúc Xá, tỉnh Hà Đông làm ngày 15-5-1923, Điều 42 của hương tục có ghi về lễ chính tiệc: " Năm nào cũng đến ngày mồng sáu tháng ba ta, thì dân làm đại tiệc hội họp tại đình từ bô lão cho đến tráng đinh từ 18 tuổi giở lên đồng lạc dự tiệc. *Ngày hôm ấy hoặc làm bò hay làm lợn và hát xướng để tế thần...*" Nguyễn thế Long, Đình và đền Hà Nội, NXB Văn Hóa Thông Tin, Hà Nội 2005, tr. 392.

[57] Một mâm cơm lễ hội " sắp tư ", " sắp năm " là tùy tục lệ từng làng, có món ăn " hèm " như Đình Bảng xứ Bắc mâm cao cỗ đầy (ba tầng) nhưng bao giờ cũng có món chuột đồng nướng; lễ hội đền Hát Môn thờ Hai Bà Trưng là tiệc bánh trôi bánh chay.

cây và đôi khi có món *"hèm*[58]". Đặc biệt con heo cúng phải là *"con heo toàn sinh (thịt sống cạo lông sơ qua)"*, xôi tế phải là gạo toàn nếp trắng tinh. Tất cả đồ cúng phải được trang trọng rước tới đình bằng cách đội và gánh. Vị trí đặt lễ vật lúc tế Thần phải tương ứng vị trí xã hội của người hiến cúng lễ vật ấy.

Rượu thịt dâng lễ xong thì trở thành *"đồ ăn linh thiêng"* để dân làng cùng hưởng hoặc cùng ăn tại đình hoặc làm phần chia cho cả làng. Người dân rất quí *"Miếng thừa lộc Thánh"* tức miếng phần việc làng nên thường nói: *"Miếng việc làng hơn sàng xó bếp"*.

[58] Hèm là thói quen của Thần đôi khi là một thói quen xấu như ăn trộm, ăn xin của Thần thì được tổ chức kín đáo

Phần 4

ẨM THỰC VÀ TÔN GIÁO

Trong việc tu tiến của Đạo Cao Đài và Đạo Phật, ẩm thực ăn chay mang nặng ý nghĩa tôn giáo cho đời sống tâm linh sau khi qui tiên.

8

CƠM CHAY

Biểu Tượng Văn Hóa Ẩm Thực Tôn Giáo

Ăn chay hay trai *(thanh tịnh sạch sẽ)* là ăn các loại thực phẩm phát xuất từ thảo mộc, ngũ cốc, rau trái[59].

Lý do chính yếu mang nặng tín ngưỡng của ăn chay trong đạo Cao Đài và đạo Phậtlà giữ được giới cấm: không sát sanh để tránh luân hồi quả báo.

Trong Đạo Cao Đài, ăn chay là một hành vi tôn giáo của ẩm thực được qui định trong giáo lý Cao Đài là:

- Về nghi thức: Trước khi ăn, tín đồ vừa đọc *"Kinh Vào Ăn Cơm[60]"* là một hành độngchánh niệm[61] khiến nghi thức ăn uống trở nên tích cực cho việc tu Đạo, giúp đời mà nó còn khiến thực phẩm ta ăn trở nên **dinh dưỡng cho cả linh hồn và thể xác**. Ăn cơm xong, tín đồ đọc *"Kinh Khi Ăn Cơm Rồi[62]"*.

[59] Ăn mặn là ăn cả thực vật rau trái lẫn động vật phi cầm, tẩu thú, thủy tộc

[60] Kinh Vào Ăn Cơm

Giữa vạn vật con người một giống,
Phải uống ăn nuôi sống thân phàm.
Nhớ ơn bảo mạng Huyền Thiên,
Con mong mượn xác đoạt quyền vĩnh sanh.
Từ bi ngũ cốc đã ban,
Dưỡng nuôi con trẻ châu toàn mảnh thân

[61] Chánh niệm là tập trung tư tưởng vào đạo đức đi đến nhất tâm nhất niệm

[62] Kinh Khi Ăn Cơm Rồi

Nguyện nhớ ơn nông canh nhằn nhọc,
Nguyện ơn người lúa thóc giã xay.
Con cầu xin mảnh hình tráng kiện;
Giúp nên công xây chuyển cơ đời.
Trên theo pháp luật Đạo Trời,
Dưới thương sanh chúng một lời đinh ninh.

▪ Về tín ngưỡng: Ăn chay[63] vì lòng tin vào luân hồi nên không sát sanh để tránh luân hồi quả báo, tôn trọng luật hóa sanh, luyện tập Bi, Trí, Dũng: Không giết hại động vật là Bi; biết động vật sẽ tiến hóa thành người nên không giết là Trí; khước từ được cám dỗ của rượu thịt, của dục vọng… là Dũng.

▪ Ăn chay để có một xác phàm tinh khiết. Ăn chay là giữ tròn Minh Thệ, gìn giữ Luật Đạo, để có một xác phàm tinh khiết mới có thể vượt qua các Tầng Trời về hiệp với Thượng Đế.

Ăn Chay Đúng Cách

Dù mục đích ăn chay là phòng bệnh, trị bệnh hay tu hành thì ăn chay vẫn phải đúng cách, nghĩa là:

▪ Biết ăn đa loại thực vật, biết phối hợp nhiều loại thức ăn với nhau, thay đổi tùy theo tuổi tác, tùy theo nếp sinh hoạt chuẩn bị kỹ lưỡng dựa trên cơ sơ dinh dưỡng quân bình để tránh thiếu chất đạm, sinh tố, khoáng chất…

▪ Quân bình khí âm dương và chất dinh dưỡng có nghĩa ăn nhiều thực vật quân bình khí âm dương *(rau, trái, củ, ngũ cốc…)* và ăn thực vật hạp với tạng khí, xem chừng các thực vật có khí quá nóng *(như rượu, gia vị cay… không hạp với tạng dương)* hay quá lạnh *(nước lạnh, dưa hấu… gây bệnh cho người tạng âm)*.

▪ Quân bình giữa qui nạp và tiêu thụ của khí dưới hình thức calo bằng dựa vào cách tính của khoa học số calo cần thiết cho mỗi hoạt động, tuổi tác… của mỗi người,

[63] Theo Điều 21, Chương IV của Tân Luật

▪ Ẩm thực vừa theo một lý tưởng tôn giáo giữa đồng đạo vừa khoái khẩu với sự khéo léo dùng mùi vị *(rau thơm, ớt, tiêu...)* làm cho tô canh chua ngọt ngào, nấm sào tươi mát...

Ăn chay đúng cách = quân bình âm dương và chất dinh dưỡng+đa loại+tín ngưỡng+thú vị

. Ăn chay không đúng cách nghĩa là:

▪ Khí thực vật không thích ứng với tạng khí. Thí dụ các triệu chứng lâm sàng của tạng âm *(người lạnh xanh xao, áp xuất huyết thấp, tiểu nhiều, tim đập mạnh, lãnh cảm...)* sẽ gia tăng nếu lạm dụng thực phẩm âm như dùng dưa hấu, nước lạnh, uống trà cúc, lá verveine...

▪ Ăn không đủ chất dinh dưỡng *(chất đạm, béo, đường)*, sinh tố, chất khoáng nên có triệu chứng người ốm yếu, thiếu sức lực thể xác...

Nguyên Tắc Ăn Chay

Nhờ tiến bộ khoa học tìm ra các loại sinh tố và chất dinh dưỡng nên ngày nay những bệnh do thiếu sinh tố và dinh dưỡng không sảy ra trầm trọng chết người như ngày xưa, nhưng vẫn âm thầm hại người nếu người không quan tâm đến thì rối loạn dinh dưỡng vẫn có thể sảy ra.Do đó, tôi kể lại truyện các bệnh chết người hoặc bệnh nan y của ngày xưagây ra bởi thực phẩm để diễn tả mức quan trọng của 5 nguyên tắc ăn chay dưới đây.

Ăn rau trái, ngũ cốc toàn vẹn ở thể tự nhiên

Về khía cạnh khí, tại sao nên ăn thực vật toàn vẹn ở thể tự nhiên? Theo quan niệm về khí, mỗi hạt thóc, mỗi hột đậu đều chứa sẵn một số lượng khí Tiên Thiên vô hình, không thay đổi từ hạt cho đến khi thành cây lớn. Vậy ăn một hạt đậu nguyên vẹn hoặc nảy mầm là hấp thụ số khí Tiên Thiên của cả một cây trưởng thành. Theo thuyết này, ăn một hộp đậu giá hay một hộp hạt luzerne nảy mầm bằng hấp thụ khí Tiên Thiên của cả ngàn cây đậu đã lớn.

Một thí dụ về sinh tố, ăn một hột gạo lức nguyên vẹn thì ích lợi gì? Năm 1878, Takati tìm ra nguyên nhân bệnh béribéri *(suy nhược, xáo trộn thần kinh, mất ký, liệt, chết...)* của thủy thủ là vì ăn gạo trắng không cám nên thiếu sinh tố B1; Năm 1898, do ảnh hưởng của Hoa Kỳ, dân Phi Luật Tân ăn gạo trắng xay nên mắc bệnh béribéri trầm trọng. Ăn lại gạo lức nên hết bệnh. Tốt nhất là hãy tránh hay giảm bớt nạp dụng rau trái nhất là cốc loại biến chế. Ví dụ như gạo mất đi chất dinh dưỡng sau mỗi lần chế biến cho trắng.

Nên ăn rau trái tươi và ăn sống

Khoái khẩu biết bao khi thưởng thức các đĩa rau tươi vừa cắt, trái cây chín vừa hái! Rau trái tươi cho ta nhiều loại sinh tố và khoáng chất nhất là sinh tố C. Thực phẩm thiếu đồ tươi, chỉ ăn đồ nấu chín quá hay đồ đóng hộp làm mất sinh tố C có thể sanh bệnh không? Năm 1448, trên một hải trình 10 tháng với thực phẩm là thịt ướp muối, bánh biscuit, đoàn tàu thám hiểm của Vasco de Gama mất 100 trên 160 số thủy thủ khi đến mũi Hảo Vọng *(Cap de Bonne Espérance)* bởi thiếu sinh tố C nên mắc bệnh scorbut *(răng rụng và viêm lợi răng, xuất huyết nội tạng, chân phù thủng và sau cùng là chết)*. Mãi đến thế kỷ 18, bác sĩ Lind mới tìm ra căn bệnh là vì thủy thủ không ăn rau trái tươi.

Khoa học cũng khuyên ta nên ăn rau trái tươi vì nhận xét thấy rau trái hái xong là bắt đầu mất đi một phần dinh dưỡng, sinh tố nhất là sinh tố C.

Ăn đa loại rau trái, cốc loại, hạt…

Ăn đa loại để tránh thiếu chất dinh dưỡng nhất là sinh tố và khoáng chất. Từ thức ăn đến nước uống, không có loại nào có thể dùng thường xuyên một cách đơn loại và lâu ngày được, vì sẽ thiếu chất này hay chất khác mà sanh bệnh. Nếu chỉ ăn một hay hai loại thực phẩm *(gạo, bắp...)*, đến lúc nào đó con người sẽ bệnh. Thí dụ năm 1740 tại Ý quốc, phát hiện một bệnh lạ "*pella agra*", da khô, viêm miệng và tứ chi, xáo trộn thần kinh dẫn đến điên khùng. Bệnh chỉ sảy ra trong dân nghèo chỉ ăn bắp và phó sản của bắp. Sau khi cho uống sữa, ăn rau trái, bệnh biến mất.

Ăn đa dạng khí âm dương

Nguyên tắc căn bản của ẩm thực là quân bình khí âm dương của thực phẩm bằng ăn đa loại và phù hợp với tạng khí. Dương thịnh, âm suy hay ngược lại là sinh bệnh. Thí dụ, độc giả nào có tạng khí nóng tức dương thịnh mà ăn nhiều thực phẩm chứa khí nóng như rượu, gia vị, soài, sầu riêng, nhãn... bệnh khí nóng như chảy máu cam, trĩ chảy máu, huyết áp cao, nóng nảy... sẽ phát sinh hoặc nặng thêm. Bệnh giảm ngay sau khi ăn uống thực phẩm khí âm lạnh như nước lạnh, các loại dưa ngọt, dưa hấu, rau trái tươi nhưng phải cắt giảm thực phẩm dương.

Ăn khô, tránh uống lúc ăn

Ăn khô, nhai kỹ, tránh bội thực là rất cần thiết cho tiêu hóa. Khi ăn nhất là người cao niên nên tránh uống nước lạnh vì khí lạnh của nước làm nguội khí nóng của bao tử khiến khó tiêu và lâu ngày làm đau bao tử. Thí dụ, sau khí uống thuốc bao tử chống acid mà vẫn đau, bệnh có thể giảm và hết *(trừ trường hợp bao tử lở loét, ung thư, lo âu thái quá)* sau khi chỉ ăn uống đồ nóng kiêng mọi thứ đồ lạnh. Nên nhớ bao tử bệnh khiến sức hấp thụ sinh tố và chất dinh dưỡng giảm.

Vậy, khi suy yếu, già cả, bệnh hoạn thì phải xét lại phương cách ẩm thực mà diệt trừ thói quen xấu hay một thành kiến ẩm thực và hãy nghe nhà bác học Albert Einstein nói: "*Không gì ích lợi cho sức khỏe con người, và cũng đồng thời làm tăng cơ may sanh tồn trên quả địa cầu bằng việc tiến hóa đến một chế độ ăn chay*[64]" và cũng suy nghĩ về lời than của Einstein "*Thời đại này thật buồn vì phá vỡ một nguyên tử dễ hơn phá vỡ một thành kiến*".

---

[64] "Nothing will benefit human health and increase chances for survival of life on Earth as much as the evolution to a vegetarian diet"

Ăn Chay Và Sức Khỏe

Ai cũng biết ăn chay giúp cho tránh được một số bệnh liên quan đến thịt động vật, thí dụ như bệnh bò điên *(Creutzfeldt-jakob)*, cúm gà, chất mỡ cholesterol xấu. Còn ăn nhiều rau quả thì ngăn ngừa sự phát triển chứng xơ cứng động mạch, giảm nguy cơ bệnh tim mạch, chứa nhiều chất *(pectin, beta carotene, lycopen v.v.)* chống oxyd hóa *(anti oxydants)* làm giảm bớt các gốc tự do *(radical libre)*. Tuy nhiên người ăn chay vẫn có thể bị bệnh nếu không chú ý đến các điều sau:

- Thiếu chất dinh dưỡng hoặc sinh tố khoáng chất vì tuổi già, sanh đẻ… nên tạng phủ nhất là bao tử suy yếu nên sự hấp thụ các chất đều suy giảm.
- Lạm dụng khí thực phẩm không hạp với tạng khí.
- Qui nạp các độc tố do sự biến chế kỹ nghệ.

Ăn chay tùy cơ

Vậy người ăn chay phải *"tùy cơ"* nếu mắc chứng rối loạn dinh dưỡng như giảm cân, mệt mỏi, người xanh mét, cử động yếu ớt… Trong những trường hợp này, nếu bác sĩ không tìm thấy căn nguyên, thì việc đầu tiên phải tìm hiểu rối loạn dinh dưỡng thường sảy ra có thể do ăn chay không đúng cách, thiếu chất đạm, sinh tố, khoáng chất, hấp thụ không đủ chất dinh dưỡng vì tuổi già, có thai, bệnh dạ dày, ăn nhiều hóa chất độc hại…

Nếu ăn chay mà người cứ giảm cân, xanh mét, áp xuất huyết thấp, chóng mỏi mệt, sức khỏe suy giảm… thường là do nồng độ calo tương đối thấp của một chế độ ăn chay thì phải gia tăng số lượng chất dinh dưỡng *(bằng đồ chay, sữa, trứng, sinh tố…)* trong các trường hợp sau.

- Đàn bà có thai, cho con bú,
- Trẻ nhỏ chậm lớn, chậm phát triển
- Tuổi già, khả năng hấp thụ suy giảm nên thiếu chất dinh dưỡng,

▪ Sau cơn bệnh nặng cần bồi dưỡng chất bổ của động vật *(sữa, trứng...)*

▪ Người bị loét dạ dày không hấp thụ được dinh dưỡng đầy đủ vì rau củ chứa nhiều gluten.

Nếu có những rối loạn dinh dưỡng như trên thì người ăn chay thiếu hụt chất dinh dưỡng nào thì tùy cơ ứng biến. Thí dụ thiếu sinh tố B12 thì uống thêm sữa, ăn trứng, nếu giữ chay trường thì uống viên B12, B complex. Không nên ăn chay nếu có lời khuyên của bác sĩ hay chuyên viên dinh dưỡng, lý do vì một bệnh nào đó thí dụ dị ứng với tất cả loại đậu, loại hạt...

Thiếu Chất Gì?

Chất đạm[65]

Vì có sự giới hạn chất amino-acids nên người ăn chay phải dùng nhiều chất đạm thảo mộc. Ăn chay ít chất đạm hơn ăn thịt nên đôi khi thiếu hụt chất đạm với các dấu hiệu sau: luôn luôn mệt mỏi, chậm tiêu hóa, đi đứng uể oải, thiếu tập trung, kháng viêm yếu kém...

Khi xuất hiện triệu chứng thiếu chất đạm, thì phải gia tăng tiêu thụ các thực phẩm cho nhiều chất đạm như: đậu hũ, đậu nành, đậu lăng *(lentils)*, đậu lima, gạo, bánh mì, đậu hà lan, nước uống đậu hũ, các loại hạt như mè, hạt điều, hạt dẻ, óc khỉ...

[65] Chất đạm giữ vai trò chủ yếu trong mọi tế bào của cơ thể. Tất cả các enzymes (phân hóa tố) đều là chất đạm. Các kháng thể, kích thích tố, xương cốt đều chứa chất đạm. Chất đạm sản sinh ra năng lượng giúp chuyển vận chất mỡ và sinh tố, giúp điều chỉnh hệ thống tự điều hòa của cơ thể (homeostasis).Chất đạm được thành lập bởi những chuỗi soắn dài amino acids, trong đó có chứa chất nitrogen. Cơ thể chứa 20 loại amino-acids trong số này cơ thể tự tao ra 11 loại gọi là non-essential amino acids. Còn 9 loại kia do thực phẩm cung cấp gọi là essential amino acids. Triệu chứng thiếu chất đạm là sụt cân do cơ bị giảm, hay bị cảm lạnh,cảm thấy yếu ớt, vv.

So sánh với cân lượng (100g), các chất dinh dưỡng giữa sữa đậu nành và sữa bò

	Sữa đậu nành 100g	*Sữa bò* 100g
Nước	92.5 g	87.0 g
Chất đạm	3.4g	3.5 g
Chất béo	1.5g	3.9 g
Đường	2.1g	4.9 g
Calcium	21mg	118 mg
Phosphore	47mg	93 mg
Sắt	7 mg	0.1mg
Thiamine	09 mg	0.04 mg
Riboflavine	04 mg	0.17mg
Niacine	3 mg	0.1mg

Cần bao nhiêu chất đạm? Theo RDA *(recommended dietary allowance)* của mỗi cá nhân, chất đạm cho đàn ông là 60 gram và đàn bà 50 gram *(người Hoa Kỳ)*. Cách tính chất đạm cho người Việt chẳng hạn thì phải phụ thuộc vào yếu tố tuổi, trọng lượng cơ thể, khí hậu, hoạt động…

Báo động

Đậu hũ và vài phó sản khác của đậu nành cho nhiều chất đạm và giúp đàn bà mãn kinh bớt bực bội khi lượng hormone oestrogene giảm. Tuy nhiên, đàn bà có tạng khí quá âm hàn *(người lạnh, tim yếu, hay tiểu tiện, tiêu chảy…)* thì phải thận trọng vì đậu hũ chứa nhiều khí âm và có thể làm cho bệnh âm nặng thêm. Trong trường hợp đó, nên ăn đậu hũ chiên cho thêm dương bớt âm.

Sinh tố

Ăn chay có thể thiếu hụt sinh tố nhất là B12 và D.

. Thiếu B12

Cơ thể cần mỗi ngàykhoảng 3mcg sinh tố B12. Theo các khảo cứu khoa học, những người thường thiếu B12 là:

▪ Phụ nữ mang thai và cho con bú, làm bào thai chậm lớn. Triệu chứng thiếu B12: bắp thịt yếu, mắt mờ, thiếu máu sẽ biến mất nếu uống thêm các supplements có chứa B12. Ngày xưa tại Việt Nam, sản phụ có thể bại suội, đêm ngủ cảm thấy có luồng khí lạnh quái dị chạy trong người. Ăn tô cám là hết hoặc ngày nay thì uống viên sinh tố B.

▪ Người ăn chay trường hay bị thiếu sinh tố nhất là sinh tố B12. Lý do, sinh tố B12 chỉ có ở các thực phẩm động vật. Một khảo cứu của Đức nhận thấy 60% người ăn chay thiếu B12 ở cấp 3. Đến cấp 4, hệ thống thần khinh có thể bị hư hại.

▪ Người cao tuổi thường ăn thiếu đa dạng, ăn ít, hay bị viêm teo bao tử mãn tính *(gastrite atrophique chronique)* khiến nồng độ của acide chlorhydrique suy giảm và vi khuẩn đường ruột gia tăng.Triệu chứng thiếu B12 ở người lớn hoặc tuổi già là hay quên, lẫn, tứ chi như kiến bò, suy nhược, tai ù, thiếu máu, đi đứng thiếu thăng bằng. Từ trên 60 tuổi ngay cả người ăn mặn cũng có thể thiếu B12. Lý do bao tử yếu không tiết ra đủ suc gastrique để làm nhuyễn đồ ăn nên cơ thể thiếu B12 dự trữ trong gan và bắp thịt.

. Thiếu sinh tố D

Mỗi ngày cần 400 IU đến 1000 IU. Nhưng theo các khảo cứu gần đây, rất nhiều người thiếu sinh tố D trầm trọng nên phải thử máu để ấn định liều lượng mỗi ngày có thể tăng lên 2 hay 3000 IU. Sinh tố D có nhiều trong hải sản, trứng sữavà do tia cực tím B *(UVb)* của nắng mặt trời cấu tạo trên da. Sinh tố D giúp chuyên chở chất vôi, phosphore để cấu tạo xương.

Triệu chứng thiếu D: Người lớn đau nhức xương còn trẻ nhỏ bệnh xương *(rachitisme)*.

Ăn chay sau 5 năm hay chay trường nếu không ăn trứng, sữa, thiếu sinh tố B12 có thể sảy ra và thiếu sinh tố D nếu sống xứ lạnh ít phơi nắng.

. Thiếu kẽm *(zinc)*.

Chất kẽm có trong động vật và các hạt, ngũ cốc, rất cần thiết cho con bú, thai nghén, trẻ đang lớn vì kẽm giúp đổi mới tế bào.

Nếu ăn chay đa loại, đúng cách thì các sinh tố khác C, A, E và các khoáng chất sắt, kẽm, magnésium, calcium… có rất dồi dào trong các món chay rau trái, ngũ cốc, hạt nên chỉ có quan ngại hai điều:

▪ Từ 50 tuổi sức hấp thụ của bao tử suy giảm dần nên thường có triệu chứng thiếu sinh tố B, E, A, C và khoáng chất nhất là magnésium;

▪ Dù ăn nhiều rau trái mà vẫn có triệu chứng thiếu hóa chất, lý do là rau trái trồng tỉa trên đất cằn cỗi dùng nhiều phân hóa học nên cung cấp ít khoáng chất.

Vai trò khí âm-dương của khoáng chất

Khoáng chất	Khí âm-dương	Nhu cầu mỗi ngày	Triệu chứng thiếu hụt
Calcium	dương	800mg	Bệnh về xương, chậm lớn
Magnésium	âm	300 **đến** 350mg	Bệnh cơ bắp, chuột rút
Sodium	dương	3 **đến** 5g	Tim **đập**, **áp** huyết thấp, mệt…
Potassium	âm	100mg	**Áp** huyết cao, tim yếu, buồn nôn

Báo động

Báo động 1: thiếu sinh tố

Với người có sức khỏe tương đối bình thường thì chỉ có thử máu là cho ta biết chắc chắn sinh tố nào thiếu. Một khi có triệu chứng thiếu một sinh tố nào đó thì sự thiếu hụt đã khá trầm trọng, tốt nhất là uống viên thuốc sinh tố thiếu hụt và phải thận trọng vì có thể sanh bệnh vì qui nạp quá nhiều một sinh tố *(survitaminose)*.

Bình thường chúng ta thường nói tôi ăn uống đầy đủ làm sao thiếu được! Nhưng chúng ta quên hay không biết điều này: tạng phủ suy yếu nên hấp thụ không đủ sinh tố và khoáng chất dù ăn uống đầy đủ trong các trường hợp sau:

▪ Tuổi già, tạng phủ cũng già theo. Từ 50 tuổi đôi khi nước bao tử *(suc gastrique)* tiếtkhông đủ để nghiền nát thực phẩm mà cung cấp sinh tố cho cơ thể; da cũng già nua nên tiếp nhận kém ánh nắng mặt trời nên thiếu sinh tố D;

- Thai nghén, cho con bú, bệnh nặng… khiến cho hấp thụ thấp kém mọi chất.

Giải pháp là thử máu để uống thêm sinh tố thiếu hụt và người già uống thêm thuốc đa sinh tố *(multivitamines)*.

Báo động 2: khoáng chất

Vài cơ sở tôn giáo dạy ăn chay thường hay dựa vào phép dinh dưỡng Ohsawa gạo lức, muối mè, dùng vị mặn để rửa chất acid… Không ai có thể phủ nhận được nhiều điều hay và ích dụng của phương pháp này; thí dụ trường hợp một em bé quá âm, Ohsawa khuyên cho ăn một muỗng gomasio *(3/4 hạt mè xay +1/4 muối)* sẽ làm dương khí tăng, em bé sẽ vui tươi. Phương pháp này chữa được nhiều bệnh về suy nhược cơ thể, ăn tạp loại chứa độc tố, bất quân bình khí âm dương. Trong thời gian ăn chay gạo lức muối mè, cơ thể được nghỉ ngơi nên có sức sa thải các độc tố mà trở nên khỏe mạnh lại. Nhưng độc giả nên thận trọng vài điều về người rao giảng phương pháp này:

- Thiếu hiểu biết về khí âm dương và khoa học thực phẩm nên ít uyển chuyển áp dụng phương pháp dinh dưỡng. Thí dụ cứ khuyên dùng muối, sì dầu tương mặn mà không biết rằng vị mặn dùng thái quá gây "*thủy (thận) hỏa (tim) bất tương giao*" nên làm hại người áp huyết cao, bệnh tim, thận[66].

- Không biết rằng cặp khoáng chất potassium *(âm)*/ sodium *(dương)* là cặp khí âm dương. Lạm dụng chất mặn sodium là tạo bất quân bình khí âm dương, tức gây bệnh.

- Đôi khi sách Ohsawa nói quá đáng là chữa mọi bệnh kể cả ung thư, cùi hủi, đậu mùa, giang mai… Chính nhờ nói quá đáng mà khiến nhiều người tin như "*sấm*", chẳng cần phân biện hợp lý hay không.

---

[66] Tôi có một ông bạn già huyết áp cao chết bởi đột qui vì tin lời Thầy nên cứ ăn mặn gạo lức muối mè trị bá bệnh

Vậy, bất cứ lời khuyên hay sách nào về thực phẩm mà không làm cho sức khỏe gia tăng, chứng bệnh cũ không suy giảm mà còn sanh ra chứng bệnh mới, có nghĩa là các điều đó không hạp với tạng khí thì xin độc giả hãy thận trọng suy nghĩ lại.

Nguy Cơ Hóa Chất Trong Phụ Gia[67]

Hóa chất độc hại gây bệnh có thể chứa trong thực phẩm thiên nhiên hoặc do hóa chất kỹ nghệ được xử dụng như chất phụ gia thêm vào thực phẩm để tạo màu sắc, mùi thơm, bảo quản cho lâu hư. Dù hóa chất thiên nhiên hay nhân tạo, nếu dùng lâu, quá phân lượng đều rất nguy hiểm cho sức khỏe.

Độc chất thiên nhiên

Măng tre *(tươi hay khô)*[68] và khoai mì *(Cassava)* chứa acid cyanhydric *(dùng để giết người của Đức quốc xã)* ăn nhiều lại không rửa kỹ có thể gây ói mửa, ngộp thở, đau đầu... Trong măng tươi, chất đắng là dấu hiệu chất độc hại. Muốn giảm bớt chất độc hại, măng phải lột vỏ, cắt thành lát nhỏ ngâm trong nước *(vôi, muối...)* rồi luộc 2 hay 3 lần cho hết chất đắng. Dù đã rửa, luộc kỹ chất độc vẫn còn lại một ít vì vậy không nên ăn măng nhiều và hàng ngày.

Xưa các cụ thường khuyên phụ nữ ăn ít khoai mì để tránh bệnh huyết trắng *(leucorrhée, perte blanche)* là vì chất acid cyanhydric.

Một số củ trong đất *(âm)*, sinh chất độc khi đụng chạm đến môi trường dương. Thí dụ như khoai tây[69] để ngoài ánh sáng hay nắng sẽ làm mất sinh tố B và làm tích tụ chất độc solanine dưới hình thức những mảng xanh độc phải cắt bỏ khi ăn.

---

[67] Xem phụ lục 3: Bài phỏng vấn GS Huỳnh Chiếu Đẳng của đài VOA về chất phụ gia

[68] Trong nạc măng chứa hợp chất cyanur (cyanogen) nếu ăn vào dạ dày sẽ phóng thích acid cyanhydric (HCN) cực độc, chết người. Măng tươi có thể chứa 100mgHCN/100g, khoai mì khoảng 40mg HCN/100g

[69] Khoai tây chứa độc tố glycoalcaloïde nhất là ở vỏ khoai. Để ngoài ánh sáng, vỏ sẽ ngả màu xanh dấu hiệu chất độc solanine

Thực phẩm biến chế tại hải ngoại

Một số đồ chay mặn làm sẵn tại tiệm thường chứa một phân lượng quá cao các chất phụ gia nên có thể gây xáo trộn khí âm dương hoặc gây bệnh nếu ăn nhiều và hàng ngày các chất này.

▪ Bột ngọt. Hiện tượng lạm dụng bột ngọt trở thành độc nếu bạn thấy cứ khát nước sau khi ăn phở, bún bò huế, suông... hoặc nhức đầu sau khi ăn ở tiệm tàu *(người tây phương gọi là syndrome du restaurant chinois)*. Đã có triệu chứng này lại *"trưa hủ tíu tối cơm tàu"* thì độc giả phải suy nghĩ lại.

▪ *"Cơm tám giò chả"*. Giò, chả, rau dưa muối dòn ngon thường chứa quá nhiều bột ngọt, đường, muối và nhất là độc tố hàn the *(Borax)* vì chất hàn the sẽ hại gan, thận và vấn đề sinh dục. Phải ngừng hấp thụ chất hàn the *(trong giò, dưa muối)* nếu đã có triệu chứng thận suy nhược *(tiểu nhiều, tình dục suy giảm vì khí dục khởi sanh từ thận khí, viêm prostate...)*.

Độc tố dầu ăn. Tàu hũ chiên sẵn trong dầu cũ chiên đi chiên lại nhiều lần trở thành độc tố làm suy yếu gan và tăng chất béo xấu *(cholesterol LDL)*, một trong nguyên nhân gây tai biến mạch máu não, đột qui *(heart attack, strokes)*. Mỡ, dầu cũ, dầu dừa *(coconut milk)*, dầu cọ *(palm oil)* chứa chất béo bão hòa[70] *(saturated fat)* không tha một ai hết dù ăn chay ở nhà hay chùa.

▪ Món chao lên men cổ truyền phải mất nhiều tháng. Để lên men nhanh, nhà sản xuất nhúng tào phớ vào acid cực mạnh để vào hũ một ngày sau là lên men.

▪ Muối diêm thuộc nhóm nitric bị cấm ở Hoa Kỳ, Gia Nã Đại...là chất gây ung thư được dùng nhiều trong nem chua, lạp xưởng để làm cho thịt heo đỏ đẹp.

Phụ gia độc hại của thực phẩm nhập cảng

Nấu chay hay mặn đều dùng gia vị nhất là nước tương, dầu hào, nước mắm. Nhiều gia vị xuất xứ từ những hãng biến chế Trung Quốc, Việt Nam có chứa hóa chất độc[71]. Xin kể vài thí dụ sau.

[70] Chất béo bão hòa tìm thấy trong sản phẩm động vật và thực phẩm chế biến, không tốt cho tim vì chúng làm tăng cholesterol xấu LDL

[71] Hãy đọc Peter Navarro, Death by China. Confronting the Dragon- A global call to action, Kindle Edition, USA, 2011 để biết rõ hơn về độc tố trong thực phẩm tại Trung Quốc và Việt Nam

Độc tố trong tương

Food standard Agency *(Trung ương FSA)* cho biết có 22 loại tương trên 100 loại gây ung thư. Có loại vì chứa hóa chất quá cao 3-MCPD theo tiêu chuẩn âu châu, 2/3 loại nước tương chứa hóa chất 1,3-CPD không nên có trong thực phẩm. Các hiệu nước tương nên tránh: Golden Moutain, Jammy Chai, Pearl River Bridge, Lee Kum Kee, Wanjashan, King Imperial, Goldem Mark, Sinsin, Golden Swan, Tung Chun, Kim Lan.

Độc tố trong nước mắm

Trước đây chưa có hóa chất nên chỉ dùng muối và nắng để bảo quản tôm cá. Nay thì dùng chất đạm trong phân ure ướp cá chứa trên ghe nhiều ngày mà vẫn tươi để bán lại cho hãng nước mắm.

Độc tố Formol

Chất Formol *(khí formoldehyde tan trong nước)* để ngâm xác chết cho sinh viên thực tập. Chất độc hại này đã được người Trung Hoa dạy cho người Việt dùng trong kỹ nghệ ướp cá không bị hư thúi hoặc pha trộn với thực phẩm *(bánh phở, bún...)* để tránh meo mốc.

Chính tôi đã tự kiểm chứng bằng để ra ngoài trời một miếng cá tra *(Pangasius catfish)* đông lạnh sản xuất từ Việt Nam và một con cá tapilia xuất cảng từ Trung Quốc, cả mấy tháng sau cá không hư thúi mà chỉ cứng lại như khúc gỗ.

Chất formol cũng được bỏ vào bột bánh phở, bánh tráng, miến sẽ không meo mốc. Trong 20 mẫu bánh phở của Việt Nam đem đi phân tích, 16 mẫu có hàm lượng formol khá cao *(Phỏng vấn Trà Mi với giáo sư Huỳnh Chiếu Đẳng trên đài VOA, xem phụ lục 4 ở cuối sách)*. Sau khi chọn một hiệu bánh tráng hay bánh phở, bạn hãy kiểm nghiệm bằng ngâm một miếng trong nước sau mấy ngày mà miếng bánh vẫn đẹp cứng như plastic tức là chứa quá nhiều formol đó. Và hãy suy nghĩ về lời nói của TS Nguyễn Bá Đức ở bệnh viện ung bướu trung ương: "*Tại Việt Nam mỗi năm có thêm 150 000 người bị ung thư, đa số vì thực phẩm*".

Độc tố trong thực phẩm

Nếu thấy bánh chưng do Việt Nam xuất khẩu vào dịp Tết mà lá gói có màu xanh tươi bất thường tức người gói đã dùng Pin chứa chì, thủy ngân, thạch tín rất tai hại cho sức khỏe.

Nấm khô trung quốc chứa thuốc trừ sâu carbon disulfide nên để cả nhiều năm cũng không mốc meo, hư thúi. Tôi đã tự kiểm nghiệm bằng để nấm khô ra ngoài cả năm mà nấm vẫn trẻ đẹp như thuở nào.Trước khi xào nấu, phải ngâm trước, nấu qua rồi đổ nước đi vì chất hóa học, thuốc trừ sâu bọ. Tốt nhất là nên ăn nấm tươi nhưng cũng phải nghĩ đến tại Trung Quốc và Việt Nam, nhiều loại nấm được cấy trong các bình chứa chất hóa học.

Khi chọn đồ ăn khô thì phải để ý tôm khô đỏ tươi không mốc là nhờ dùng hóa chất trừ kiến *(tôm khô phơi nắng tự nhiên có màu xanh xám dễ mốc).* Bì heo khô xắt nhỏ trắng tinh là nhờ *"óc sáng tạo"* rửa bì heo bằng eau de javel của người Trung Hoa.

"Món ăn chay giả mặn"

Trong những năm gần đây tại Việt Nam, theo tác giả Huỳnh Ngọc Thu[72], một tín đồ Cao Đài, thức ăn chay của tín đồ Cao Đài còn đa dạng hơn *"với việc xuất hiện các món chay công nghiệp được nhập từ Đài Loan, như gà chay nguyên con, heo quay chay, vịt tiềm chay, thịt bò chay, thịt heo chay... Những món ăn này được tín đồ Cao Đài mua về từ các siêu thị, chế biến lại dùng để đãi tiệc".* Các món chay giả mặn này *"có thể"* tiềm ẩn những hiểm họa khôn lường cho sức khỏe và tu Đạo:

- Món chay chứa chất phụ gia tạo mùi vị, định hình, phẩm màu, chất bảo quản độc hại...
- Món chay *"có thể"* chứa thịt động vật *(khiến người tu phá giới).* Năm 2004, báo chí tại Đài Loan công bố kết quả điều tra các món ăn chay giả mặn gây ra cái chết một phật tử ăn chay trường từ 30 năm nay. Bác sĩ chẩn đoán cái chết của bà là do thịt của bò điên *(Creutzfeldt-jakob)* vì bà ăn những đồ chay giả thịt bò, thịt heo xay. Các sản phẩm này là thịt viên chay *(meatballs),*

[72] Huỳnh Ngọc Thu, Đời sống tôn giáo của tín đồ Đạo Cao Đài trong bối cảnh văn hóa Nam Bộ, 2010, Trang 162

cá viên chay *(imitation fish balls)*, bánh cá chay *(imitation fish cake)*, hoành thánh cá chay *(imitation fish dumplings)*, tempuras chay.

Tóm lại, người nấu chay hay mặn đều phải lắng nghe những lời khuyến cáo chính thức do phòng thí nghiệm công bố về độc tố trong các phụ gia và thực phẩm biến chế của Trung Quốc và Việt Nam. Còn nếu chúng ta nghi ngại về hóa chất độc hại trong thực phẩm nào đó thì nên tự kiểm nghiệm những thực phẩm nghi ngờ đó như vài thí dụ sau.

Thử nghiệm cá đông lạnh, tôm khô, bì heo trắng tinh… nhập khẩu từ Trung Cộng và Việt Nam. Nếu các thực phẩm này có chứa hóa chất độc hại *(Formol, eau javel…)* thìđể cá ra ngoài trời cả tháng, cá và tôm khô cứng lại không hôi thúi, tôm vẫn đỏ tươi không hôi mốc; còn nếu kho, nướng, nấu canh chua… cá có mùi tanh đặc biệt. Kiểm nghiệm một hiệu bánh tráng hay bánh phở bằng ngâm một miếng trong nước sau mấy ngày mà miếng bánh vẫn đẹp cứng như plastic tức là chứa quá nhiều formol đó.

Tóm lại là:

Đến *khi lớn tuổi, chúng ta có những nhận xét gì về sức khỏe?*

▪ *Nhận xét của kinh điển đông y là Hoàng Đế Nội Kinh thì từ 40 tuổi, khí trong người bắt đầu suy giảm dần.*

▪ *Đến tuổi già, tạng phủ suy kém, nhất là bao tử không làm đầy đủ nhiệm vụ như ghiền nát thực phẩm, hấp thụ chất dinh dưỡng, da người già hấp thụ yếu ớt ánh sáng mặt trờiđể sản xuấtsinh tố D cho nên người già hay thiếu sinh tố mặc dầu ăn uống đầy đủ, phơi nắng cả giờ.*

▪ *Thực phẩm tốt cho tuổi già là do chính chúng ta tự chọn lấy. Thực phẩm tốt là những thực phẩm nào tiêu hóa nhanh và giúp dễ ngủ.*

▪ *Các người già thường trao đổi bằng email các lời khuyên chân tình nhưng thiếu hiểu biết y học nên phải hỏi ý kiến bác sĩ gia đình trước khi áp dụng, thí dụ huyết áp cao mà cứ khuyên ăn mặn gạo lức muối mè "trị bá bệnh".*

■ *Người ăn chay nhất là ở các nơi tu hành làm đồ chay mà chẳng biết nguyên liệu, gia vị nào chứa độc tố hóa học trong phụ gia làm cho Tinh thực phẩm ô nhiễm đang âm thầm tàn phá cơ thể để gây bệnh chết người.*

Lời Kết Cho Văn Hóa Ẩm Thực

Sống ở hải ngoại, câu nói của Jean-Pierre Corbeau "*Ăn, tức cùng nói một ngôn ngữ* [73]" thật đúng mỗi lần bước chân vào quán phở gần nhà, nhìn thấy dân Việt ngồi lẫn với khách ngoại quốc trước tô phở bốc khói thơm nghi ngút. Lúc chúng ta mới cảm thấy:

■ *Có một sự đồng hóa hóa hỗ tương trong văn hóa ẩm thực giữa người bản xứ và người Việt tỵ nạn.*

■ *Văn hóa ẩm thực Việt đã vượt qua ranh giới các lục địa và biểu tượng cho bản sắc văn hóa Việt qua tô phở, chả giò...*

Hiện nay, với sự chung đụng giữa các văn hóa ẩm thực qua kỹ nghệ du lịch phát triển và di dân tỵ nạn không ngừng, văn hóa ẩm thưc đang đứng ở ngã tư đường giữa ẩm thực truyền thống mang bản sắc văn hóa của dân tộc và sự lai căng ẩm thực bởi xâm nhập văn hóa ẩm thực của các dân tộc khác. Đặt bút viết văn hóa ẩm thực là nhằm nhắc nhở:

■ Tại quốc nội, văn hóa ẩm thực rất nổi tiếng đã trở thành yếu tố thu hút du khách,

■ Tại hải ngoại, văn hóa ẩm thực đã chen chân được cùng với văn hóa ẩm thực ngoại quốc khác , thí dụ như phở, chả giò, nem nướng đứng ngang với Pizza.

■ Văn hóa ẩm thực là một yếu tố quan trọng nhất để giữ bản sắc văn hóa Việt. Điều mà chúng ta nhận thấy ở hải ngoại là nhiều em bé quên tiếng Việt nhưng vẫn giữ nhiều thói quen của gia đình ăn uống theo Việt Nam hoặc rất thích một số món ăn Việt như phở, bún bò Huế, bún chả...

---

[73] "Manger c'est parler le même langage",

Điều đáng lo ngại nhất cho văn hóa ẩm thực là hiện tượng *"Ẩm thực hướng ngoại"* của một số hàng quán nhất là tại hải ngoại không còn giữ được phẩm chất ẩm thực truyền thống nên làm lu mờ bản sắc văn hóa của người Việt.

Lạp Chúc Nguyễn Huy
蠟燭阮輝

Phụ lục 1

KHÍ TRÁI CÂY

Lạp Chúc Nguyễn Huy

Phép dinh dưỡng nào cũng khuyên ăn nhiều trái cây tươi hay khô. Các phân tích khoa học chỉ cho chúng ta biết mỗi loại trái cây cung cấp cho ta số lượng những chất dinh dưỡng gì *(nước, sinh tố, khoáng chất, chất xơ...)*. Để bổ túc cho phân tích khoa học, chúng tôi trình bày khía cạnh khí vô hình của trái cây và nhắc nhở độc giả rằng vài loại khí trái cây có thể gây bất quân bình âm dương.

Giai đoạn biến dịch của khí trong trái cây

Hoa là bộ phận sinh dục của cây nên có nhụy đực+ nhụy cái, hoa đực *(nhụy chứa phấn)* + hoa cái *(nhụy chứa trứng)*. Nhụy đực nhụy cái kết hợp với nhau mà sanh trái.

Từ khi thụ trái đến lúc chín, biến dịch không ngừng của khí âm dương trong trái cây trải qua 4 giai đoạn chính: thụ trái, phát triển, chín, héo tàn. Lấy thí dụ là trái cam, trái ổi.

Thời kỳ thụ trái. Lúc trái còn xanh, khí âm thịnh *(để giúp trái nảy nở)* nên trái có vị chua hay chát *(âm)* mà ít có mùi *(dương)*.

Thời kỳ nảy nở. Khí âm của trái xanh phát triển phần vật chất *(cân nặng)* vàTinh của trái để biến dịch sang trái chín.

Thời kỳ chín. Trái chín đánh dấu biến dịch của khí đã đến cực điểm, biểu lộ bởi:

- Màu sắc vàng, đỏ, mùi thơm *(khí dương)*, vị chua hay ngọt *(khí âm)* [74].

[74] Với khoa học, các thay đổi về màu sắc, mùi vị phản ánh biến dịch của hóa chất trong tế bào trái cây.

▪ Khí âm dương quân bình như cam, đào, nho, táo…lúc chín thì có mùi thơm nhẹ *(dương)* và vị ngọt *(âm)*, hoặc biến dịch từ âm thịnh *(vị chua, không mùi)* sang dương thịnh *(mùi thơm nức).*

Thời kỳ héo tàn. Sau khi chín mùi rồi thì khí trái cây bắt đầu suy giảm đúng theo luật âm dương thịnh rồi suy. Sự suy thoái của khí kéo theo tàn héo của các tế bào nên vỏ và thịt của trái xám lại, mất mùi vị, làm mồi cho vi khuẩn rồi sau cùng là hư thối, nát rữa trở về đất như xác phàm của con người.

Biến dịch từ khí âm thịnh sang âm dương điều hòa

Trong trái cây, biến dịch này của khí được quan sát thấy từ vị chát biến đổi sang vị ngọt mát và tỏa khí dương qua mùi thơm, màu sắc khi trái chín. Độc giả có thể thấy hiện tượng biến dịch này trong các trái cây như chuối, ổi, hồng. Lúc còn xanh, các trái này chứa nhiều tannin có vị chát biến dịch sang vị ngọt và dịu mát *(khí âm)* và tỏa mùi thơm *(khí dương)*. Lúc trái chín thơm ngọt là lúc khí âm dương điều hòa.

Trái chuối cho ta những nhận xét gì? Chuối xanh thì cứng có vị chát *(dấu hiệu âm thịnh)* bởi chất tannin và amidon. Chuối xanh để trong nhà hay trong bọc kín, chất tannin biến mất dần tức là dấu hiệu khí âm biến dịch sang khí âm dương điều hòa là chuối chín mềm và thơm ngọt.

. Cách ăn chuối của người Việt

Chúng ta thường nấu nướng chuối xanh với các loài động vật lạnh nhiều khí âm như ốc, lươn để phòng tiêu chảy. Lý do, vị chát của chất tannin có tác dụng làm co rút các thớ thịt và làm giảm bài tiết tân dịch. Ở quê, sau khi nhậu nhoẹt đã đời là buồn ói, ruột quặn đau… ăn mấy miếng chuối xanh là hết, chính là nhờ tác dụng của vị chát chất tannin.

Trái lại ăn chuối chín rất tốt nhờ khí âm dương bình hòa, vị chát của tannin *(âm)* biến mất để lại nhiều potassium *(âm)*, chất amidon biến thành đường ngọt cho nhiều chất xơ. Vì vậy mà chuối xanh chống tiêu chảy, chuối chín chống táo bón.

. Trái hồng *(kaki)*

Các cụ hay nói: *Thứ nhất quả na, thứ nhì quả hồng*. Thật là tuyệt diệu khi thưởng thức trái hồng chín mọng đỏ tươi, ngọt mát là lúc khí trái hồng đã biến dịch từ khí âm thịnh *(chất tannin chát)* đến khí âm dương điều hòa *(thơm, đỏ, ngọt)*. Cũng như trái chuối, trái hồng còn xanh rất chát, hơi đắng vì độ tannin cao làm giảm bài tiết tân dịch trong ruột, gây táo bón hoặc đau bao tử nếu ăn nhiều hồng xanh và ăn vỏ[75].

. Trái ổi

Cũng giống như chuối và hồng, sự biến dịch khí âm *(vị chát tannin)* sang khí âm dương bình hòa lúc trái chín *(chất tannin tan thành potassium, cho mùi thơm, vị ngọt)*. Chỉ ăn ổi xanh để trị tiêu chảy *(nhờ chất tannin)* hoặc bụng quặn đau vì ăn lạnh.

Chuyển dịch từ đa âm sang đa dương: soài, dứa, sầu riêng

Các trái xanh thì chua, chín thì thơm ngát mũi biểu lộ hiện tượng chuyển hóa khí âm sang khí dương, thí dụ soài, khóm…

. Xoài

Trái xoài còn xanh thì chua, thịt trắng hay phớt vàng biểu lộ khí âm thịnh. Càng chín thì khí âm càng chuyển sang khí dương thịnh qua mùi thơm và màu vàng hay đỏ của vỏ.

Lúc có bàu thường cần nhiều âm chất để nuôi dưỡng bào thai nên các bà bầu Việt Nam thích ăn đồ chua *(âm)* như xoài xanh chấm muối ớt *(dương)* là vì lý do đó.

Trái xoài chín mùi thơm nhỏ rãi, thịt vàng đầy ngọt lịm được coi như *"hoàng hậu của trái cây xứ nóng"*. Nhưng các bạn phải coi chừng bà hoàng hậu này, vì ăn quá nhiều lại có tạng khí nóng là có triệu chứng *"hỏa thịnh"* như da nóng, khó ngủ, lưỡi rát đỏ…

[75] Trái hồng còn xanh chứa nhiều tannin và pectin hợp với acid dạ dày có thể tạo ra những cục sạn trái hồng (gastric persimmon stone) nếu ăn nhiều

. Dứa hay khóm

Khí âm thịnh của trái dứa xanh được nhận thấy qua vị rất chua, ít calo *(52 cal/ 100 g)*, nhưng nhiều potassium âm *(250 mg/ 100 g)*. Cũng như trái soài, càng chín thì khí âm càng biến đổi sang khí dương khiến trái dứa thơm ngọt, da vàng đậm là dấu hiệu khí dương rất thịnh. Tiến trình biến dịch khí âm sang khí dương tiếp tục sau khi hái cho đến khi chín ngọt vì amidon biến thành đường.

Dứa xanh chua được dùng nhiều trong món ăn của người Việt như canh chua, bò xào… Những ai thích ăn nhiều dứa chín thì phải ngừng lại nếu có triệu chứng "*bốc hỏa*" như da có mụn đỏ, khô, miệng lưỡi rát khó chịu, mắt nhìn hơi mờ đục, bao tử bứt rứt, tiêu hóa nhanh vì khí nóng của dứa[76].

Tóm lại lời khuyên ăn nhiều rau trái rất là thích đáng nhưng với điều kiện là ăn đa loại và chú ý đến các triệu chứng gây ra bởi khí vì ăn quá nhiều một loại trái cây dương thịnh hay âm thịnh.

[76] Theo giải thích của khoa học là vì enzyme broméline phá hủy nhanh chóng chất đạm nhất là chất đạm động vật

Phụ lục 2

VĂN HÓA TRONG MÓN ĂN

(Viết theo ý của Hãn Nguyên Nguyễn Nhã)

(Sắc thái văn hóa ẩm thực: những phương thức chế biến, bày biện món ăn thể hiện giá trị nghệ thuật, thẩm mỹ trong các món ăn…)

Theo bếp núc Việt, dân ta không chuộng bổ vỗ béo mà chuộng thanh, chuộng nhã, chuộng tinh tế, chuộng lành mạnh: tươi, ít dầu mỡ, đậm đà hương vị, có thể ăn nhiều, ăn no mà không làm đầy bụng, chủ đích ăn ngon , không chú trọng bổ: nấm mộc nhĩ, sụn tai heo, rau muối dòn, không hầm nhừ ninh kỹ như Trung Hoa, không bày biện thẩm mỹ như Nhật.

Theo Hãn Nguyên Nguyễn Nhã, ẩm thực có 9 đặc trưng: hòa đồng đa dạng, ít mỡ, đậm đà hương vị, tổng hòa nhiều chất nhiều hương vị, ngon và lành, dùng đũa, cộng đồng tập thể, hiếu khách, dọn thành mâm với một nồi cơm chung.

Tiêu chỉ ăn ngon của thi sĩ Tản Đà

Chỗ ngồi ngon, chén bát ngon, người ăn ngon, đồ ăn ngon.

Quan niệm ăn ngon xưa.

Quân tử thực lược chi vị, Tiểu nhân sanh tử bất túc.

(Người quân tử ăn biết ngon là đủ, kẻ tiểu nhân ăn tới chết cũng không vừa)

Quân tử thực vô cầu bảo, cư vô cầu an.

(Quân tử ăn không cầu no, ở không cầu an)

Bản sắc địa phương

Có những đặc sản mà chỉ có ở một vùng nào đó nên nghe tên là biết ở đâu, thí dụ mắm rươi, chả rươi là biết vùng ven biển châu thổ Bắc Việt[77]; mắm ba khía là nghĩ đến rừng sát Cà Mau; cá cháy là nhớ đến vùng nước lợ ở Sóc Trang, rau muống tiến Sơn Tây, chuối ngự Đại Hoàng Hà Nam, sâm cầm Hồ Tây…

Trên khắp đất nước, làng nào, miền nào có một đặc sản hay một món ăn nổi tiếng là được đưa vào ca dao thí dụ như:

. Miền Bắc

Cốm làng Vòng, bánh cuốn Thanh Trì, bánh Dì (dầy) Quán Gánh (ở Hà Tây) có nhân đậu xanh giã nhỏ, phở Hà Nội[78]… Dưa La, húng Láng, nem Báng, tương Bần, nước mắm Vạn Vân, cá rô Đầm Sét[79]:

Cốm vòng, gạo tám Mễ Trì,
Tương Bần húng Láng có gì ngon hơn
Vải Quang, húng Láng ngổ Đầm
Cá rô Đầm sét, sâm cầm Hồ Tây.

. Miền Trung, xứ cố đô

Yến sào Vĩnh Sơn, cua gạch Quảng Khe,
sò nghêu Quan Hà, rượi dâu Thuần Ly
Ốc gạo Thanh Hà, thơm rượu Hà Trung,
mắm ruốc cửa Tùng, mắm nêm chợ Sãi.

. Xứ Quảng Qui Nhơn

Kẹo gương Thu Xà, mạch nha Thi Phổ.
Sơn hào hải vị Khánh Hòa
Yến sào Hòn Nôi, vịt lội Ninh Hòa,
tôm hùm Bình Ba, sò huyết Cam Ranh,

---

[77]20 tháng chín, mồng 5 tháng Mười… có " mưa rươi " và " mùa rươi " (rươi để trứng vùi dưới cát chui ổ từ cát lên) ở vùng ven biển châu thổ Bắc Việt

[78] Phở gốc làng Vân Cù tỉnh Nam Định; đa số người bán phở ở Hà nội là người làng Vân Cù (*Nguyễn thị Bảy, Trần quốc Vượng, Văn hóa ẩm thực Việt Nam, Từ điển báchkhoa và Viện Văn Hóa, Hà Nội, 2010,* tr. 157)

[79] làng La ở Hà Đông, Báng (Đình Bảng) ở Bắc Ninh, làng Bần ở huyện Mỹ Văn, Hưng Yên, Láng huyện Từ Liêm hà Nội, Vạn Vân hiệu nước mắm ở Hải Phòng, Đầm Sét huyện Thanh Trì Hà Nội

. Miền Nam

Biên Hòa có bưởi Thanh Trà
Thủ Đức nem nướng, Điện Bà Tây Ninh,

Bánh tráng Mỹ Long, mắm lòng Châu Đốc, nem nướng Thủ Đức, Giò chả La Vang, Cần Thơ chuột đồng, Bánh phồng Sa Đéc, gạo thơm Cần Đước, ba khía Cà Mau, đuông nướng Đầm Dơi, mắm còng Long An, bò hóc Sóc Trang...

Trên thế giới hầu hết nước nào cũng có nghệ thuật nấu nướng riêng và có nhiều điểm chung *(Ninh, nấu đun, kho, luộc, hấp sào, thái, cắt, chặt, gọt, tiêu, ớt, tỏi...)*. Vậy nghệ thuật nấu nướng của dân Việt có điểm nào là độc đáo nấu nướng không giống các nước khác? Theo nhận xét của chúng tôi thì có 4 điểm độc đáo, đó là:

1) Gia vị bằng rau thơm tươi.

2) Đa dạng nước chấm.

3) Thính giác ăn ngon.

4) Vị thuốc dân gian từ rau trái.

▪ **Độc đáo 1: Dùng một cách tinh tế gia vị bằng rau thơm**

Rau thơm hay rau gia vị tươi rất đa dạng, phong phú không thể thiếu trong nhiều món ăn được. Rau thơm ăn tươi để thưởng thức mùi thơm đặc biệt của tinh dầu mỗi loại, kết hợp với mỗi món ăn ăn tươi tạo nên đặc sản hương vị Việt Nam, đó là điểm khác biệt với ẩm thực Á Đông khác.

Rau thơm, rau húng, rau mùi,
Thì là, cải cúc, đủ loài hành hoa.
Mồng tơi, mướp đắng, ớt cà,
Bí đao đậu ván vốn nhà trồng nên.

Rất nhiều loại rau thơm *(húng, ngò, tía tô, dấp cá, kinh giới...)*, củ, lá, quả tươi *(riềng, nghệ, chuối xanh, lá chanh, lá lốt...)*, đồ lên men *(mẻ, mắm nước, dưa muối)* làm gia vị cho mỗi món ăn. Thí dụ ăn lòng heo thì phải có lá húng, nấu giả cày làm sao thiếu được củ riềng, lá chanh sắt nhỏ rắc trên thịt gà luộc,thịt heo ướp với với củ hành, bún ốc kinh giới, chả giò rau mùi, húng,rau răm hột vịt lộn, ốc giả ba ba tía tô, canh chua đầu cá lóc rau ngò gai, còn canh cá nấu theo miền Bắc thiếu sao được rau thì là, bún ốc đi với rau kinh giới, bò nướng lá lốt,ốc hương hấp với lá gừng bọc ngoài, xôi hấp trong lá sen… cho nên có lời nhắc nhở của tổ tiên sau:

Con gà cục tác lá chanh,
Con lợn ủn ỉn mua hành cho tôi,
Con chó khóc đứng khóc ngồi,
Bà ơi đi chợ mua tôi đồng riềng.
Con trâu khóc ngả khóc nghiêng,
Tôi không ăn riềng, mua tỏi cho tôi.

- **Độc đáo 2: Nghệ thuật pha nước chấm từ nước mắm hay mắm.**

Đối xứng với bếp Pháp nổi tiếng về đa dạng của các món sauces, bếp Việt đặc sắc là cócả chục thứ đồ chấm pha chế từ nước mắm, mắm tôm, mắm nêm. Đặc biệt hơn nữa là các nước chấm của bếp Việt do các bà nội trợ pha lấy nên hương vị biến đổi vô cùng và đôi khi ngon hơn cả tiệm ăn chuyên nghiệp, trong khi đó sauce ngon của Pháp là do các đầu bếp chế biến và có công thức. Nước chấm của bếp Việt có vị chua, ngọt, cay và lấy nước mắm hay mắm làm nền.

Nước chấm cho món ăn thanh nhẹ

Giò chả chấm nước mắm nhĩ, cá rô chiên dòn chấm tương cự đà, bánh cuốn nước mắm cà cuống, chả giò nước mắm pha, bánh tôm Hồ Tây đường Cổ Ngư, chấm nước mắm chua ngọt kèm với dưa góp *(đu đủ, cà rốt thái nhỏ ngâm giấm)*…

Nước chấm cho món nặng

Lòng heo mắm tôm, ăn bò 7 món, lẩu phải chấm với mắm nêm pha với khóm, cá lóc nướng trui chấm với nước mắm me… ăn đồ béo, bánh chưng, kèm dưa muối hành muối chua.

- **Độc đáo 3: Thính giác miếng ngon**

Tại sao người Âu có tục cụng ly rượu chin chin? Để cho đôi tai cũng thưởng thức được món ngon nên các vị thần Hy Lạp mới nghĩ ra cách cụng ly khi ăn. Còn người Việt thì tìm âm thanh làm tăng cái ngon của thính giác trong ẩm thực, thí dụ như:

. Xử dụng nguyên liệu cho phát âm nghe thấy được hoặc có cảm giác âm thanh trong miệng. Thí dụ cắn cái đốp quả cà pháo muối hoặc nhai *"rau ráu"* mộc nhĩ, măng, sụn tai heo, rau trộn dưa muối dòn tươi cho cảm giác có tiếng động khi nhai. Khi húp đồ ăn nước nóng hổi *(phở, canh, bún bò giò heo...)*, chúng ta thích húp sùm sụp phát ra âm thanh như thế mới cảm thấy ngon; điều này nên tránh khi ăn với người Gia Nã Đại vì họ coi là bất lịch sự.

. Sau khi nhấp miếng nước trà nóng thì chép chép cái miệng.

. Dùng điếu ống, điếu cày để hút thuốc kêu sòng sọc, thế mới đã.

- **Độc đáo 4: Vị thuốc dân gian từ rau trái**

Rất nhiều gia vị có mùi thơm[80] *(húng, xả, thì là, gừng, quế...)* chứa tinh dầu *(huile essentielle)* tức khí dương *(nóng)* và một số rau trái *(rau má, dưa hấu, chanh)* chứa nhiều khí Âm nên ăn vào thì mát, chống nhiệt. Nhờ quan sát tác động khí âm dương lên cơ thể mà người dân mách bảo nhau thức ăn này ấm, thức kia mát để chữa nóng lạnh trong người. Còn về các món ăn kỵ nhau thì có các câu ca dao mách bảo nhau.

Thịt gà kinh giới kỵ nhau,
Ăn cùng một lúc ngứa đầu phát điên.
Thịt dê ngộ độc do đâu?
Chỉ vì dưa hấu, chen vào bữa ăn,
Ba ba ăn với dền, sam,
Bụng đau quằn quại, khó toàn vẹn thân.
Chuối hột ăn với mật đường,
Bụng phình, dạ chướng, dọc đường phân rơi.
Thịt rắn, kỵ củ cải xào?
Ăn vào, sao thoát lưỡi đao tử thần

[80] Mùi mũi ngửi thấy thuộc dương nóng, Vị lưỡi nếm thấy thuộc âm

Nôn mửa bụng dạ không yên,
Vì do hải sản ăn liền trái cây.
Cá chép, cam thảo nhớ rằng,
Ăn chung, trúng độc, không cần hỏi tra.

Vài khác biệt với ẩm thực Trung Hoa

a/ Về rau: người Việt tuy có ăn rau luộc, hay xào; nhưng thích ăn rau sống, rau thơm, mà người Trung Quốc không ưa ăn rau sống, cải sống, giá sống.

b) Về cá: Người Trung Quốc biết kho, chưng, chiên như người Việt Nam. Nhưng người Trung Quốc có cá mặn không làm mắm như người Việt. Có rất nhiều cách làm mắm và ăn mắm *(mắm thái, mắm nêm, mắm ruốc, mắm tôm v. v...)* Các nước Đông Nam Á cũng có làm mắm nhưng không có nước nào biết làm nhiều loại mắm như người Việt.

c) Về thịt: Người Trung Quốc biết quay, kho, luộc, xào, hầm như người Việt, mà không biết làm nem, bì và các loại chả như chả lụa, chả quế v. v

d) Người Việt thì thường pha mặn ngọt; người Trung Quốc thích chua ngọt.

Phụ lục 3

CƠM NHÀ

Lạp Chúc Nguyễn Huy

(Sắc thái văn hóa ẩm thực: Cách ứng xử của con người trong ăn uống, tôn trọng tập tục kiêng kỵ trong ăn uống)

Sống ở nước ngoài, tiếng Việt và ẩm thực là hai yếu tố bảo tồn văn hóa Việt một cách tự nhiên và dễ làm nhất. Điều mà chúng ta nhận thấy ở Montreal là nhiều em bé quên tiếng Việt nhưng vẫn giữ nhiều thói quen ăn uống của gia đình theo Việt Nam hoặc rất thích một số món ăn Việt như phở, bún bò Huế, bún chả... có nghĩa là văn hóa ẩm thực là một yếu tố quan trọng nhất để giữ bản sắc Việt.

Viết về văn hóa ẩm thực ở hải ngoại, chúng tôi chỉ kể lại cung cách ẩm thực xưa kia để xem ở hải ngoại chúng ta còn bảo tồn được cái đẹp nào của ẩm thực để biểu hiện bản sắc người Việt. Là vì, ẩm thực không những mang vẻ đẹp vật chất *(các món ngon)* mà còn mang vẻ đẹp văn hóa về tinh thần *(cung cách ngồi, ăn...)*. Qua ẩm thực người ta có thể hiểu được nét đẹp văn hóa thể hiện phẩm giá con người, trình độ văn hóa của dân tộc với những đạo lý, phép tắc phong tục trong cách ăn uống.

Ngày xưa các cụ thường dạy con cái phải: *"Học ăn, học nói, học gói, học mở"*. Học ăn, học nói[81] có nghĩa có nghĩa học theo khuôn mẫu từ chốn đình chung để về tổ chức mâm cơm ở nhà. Tại đình làng, mâm cơm được tổ chức có tính cách **cộng đồng** *(các món được dọn tất cả lên mâm· có bát nước chấm chung ở giữa mâm).*

[81] Học gói, học mở: xưa kia chỉ dùng lá (lá dong, lá chuối, lá khoai môn...) để gói thực phẩm như bánh chưng, bánh tét, xôi... nên phải học gói, học mở cho đẹp mắt và học mở cho đúng

Vị trí chỗ ngồi

Ngồi bên mâm cơm biểu hiệu vị trí, ngôi thứ, sự tôn trọng trong gia đình. Vị trí chỗ ngồi theo tôn ti, cha mẹ hay ông bà ngồi giữa hay ngồi ở mâm trên, con cháu ngồi theo thứ tự về phía nồi cơm. Thường thì nàng dâu hay con gái lớn ngồi cạnh nồi cơm để xới cơm cho mọi người. Người ngồi đầu nồi phải ăn thong thả, ý tứ quan sát ai sắp hết cơm thì phải dừng tay xới cơm.

Khi ngồi vào mâm cơm

Phải đợi người vai vế lớn nhất trong gia đình ngồi vào mâm cơm thì người nhỏ hơn mới tuần tự ngồi theo. Bắt đầu ăn thì theo thứ tự người dưới mời người trên: cha mẹ mời ông bà rồi đến lượt con mời ông bà, cha mẹ, cháu thì mời từ trên xuống… Khi người lớn động đũa rồi người nhỏ mới được cầm đũa ăn. Ăn xong thì cũng phải điệp khúc lại lời mời như lúc bắt đầu ăn.

Văn hóa ẩm thực không những chỉ thể hiện ở thế ngồi, dáng ăn mà còn thể hiện ở cách biết vị trí của mình và biết quan tâm đến người chung mâm, chung bàn.

Cầm đũa

Khi người lớn nói *"mời cầm đũa"* tức mời ăn. Người vai vế lớn nhất cầm đũa trước nhất và gắp ăn đầu tiên, con cháu gắp theo những món nào người lớn đã gắp có nghĩa con cháu không được gắp trước ông bà một món ăn.

Cấm kỵ

Mỗi mâm có một chén nước mắm chấm chung,nhưng chấm miếng thịt, cá thì phải chấm bên cạnh bát nước mắm, hấng bát khi chấm, đã cắn ăn rồi thì không được chấm trở lại, miếng ăn đã chấm phải để vào bát rồi và với cơm;

Vẽ cá không được vẽ bét ra phải chờ người lớn vẽ gọn gàng trước.

Cấm thọc đũa gắp trong tô canh.

Từ nhỏ đã phải học nhai cơm và nuốt cơm, không được nhai tóp tép, nhồm nhoàng, húp suỵt soạt…

So đũa phải để ngay ngắn.

Cắn nhầm miếng ớt quá cay hay cục sạn thì đứng lên đi ra chỗ khác nhè ra; ho, hắt xì quay ra đằng sau; đang nhai thì không nói.

Ăn xong phải cầm đũa bát ra sau nhà.

Ca dao ẩm thực

Lời khuyên về ăn uống thường dưới dạng các câu ca dao.

Ăn trông nồi ngồi trông hướng. Ăn trông nồi tức ăn cơm phải trông nồi mà ăn nhiều hay ít. *Ngồi trông hướng* tức ngồi tránh phạm hướng thí dụ như quay lưng vào bàn thờ tổ tiên hay vào mặt người khác.

Ăn chửa nên đọi, nói chửa nên lời *(đọi: cái bát)*: chưa biết ăn gọn bát, nói chuyện chưa biết xếp đặt.

Ăn tùy nơi, ngồi tùy chốn. Lời khuyên chọn chỗ mà ăn và ngồi cho đúng với vị thế của mình tại đó,

Ăn có nhai nói có nghĩ,

Ăn trên ngồi trước, Ăn trên ngồi trốc. Trốc là đầu có nghĩa ăn cỗ mâm trên, ngồi chỗ cao trên đầu người.

Ăn ít ngon nhiều,

Ăn lấy vị không ai lấy vị mà đong,

Ăn một miếng tiếng muôn đời. *(không nên ăn uống chỗ không đáng ăn uống sẽ bị chê cười)*

Tham thực cực thân. (Tham ăn uống thì khổ cái thân)

Quân tử thực vô cầu bão. (người quân tử ăn chẳng cầu no)

Quân tử thực lược chi vị. (Quân tử ăn biết ngon là đủ)

Tiểu nhân sanh tử bất túc. (Tiểu nhân ăn tới chết cũng không vừa)

Ngày nay tại hải ngoại, mâm cơm gia đình Việt còn giữ lại dấu tích gì của mâm cơm làng? Dấu tích đó là:

- *Mâm cơm được dọn trên bàn nhưng tổ chức mâm cơm vẫn mang tính cách cộng đồng: các món được dọn tất cả lên bàn, có bát nước chấm chung ở giữa mâm hay riêng,*
- *Các món ăn Việt.*
- *Gắp bằng đũa.*

Phụ lục 4

ĐÔI ĐŨA

Một Sắc Thái Văn Hóa Ẩm Thực Của Dân Việt

Hai chiếc đũa cùng nhau chung một ý,
Bữa ăn nào cũng phải có mặt cả đôi.(VMT)

Lạp Chúc Nguyễn Huy

"Văn hóa thoát ra từ cách ăn, cách mặc, cách làm, cách nghĩ, cách sống của Việt Nam" (BS Trần Ngọc Ninh). Từ quan niệm đó mà ta thấy bản sắc văn hóa của dân tộc Việt tỏa ra trong phong cách ăn với đôi đũa, mặc với áo dài truyền thống.

Tại sao nói văn hóa với đôi đũa? Ba cái tách đặt trên bàn thờ Thiên trước căn nhà là biểu hiệu của văn minh; nhưng khi chủ nhà rót nước vào 3 tách, đốt nhang, chắp tay khấn vái Trời Đất. Lúc đó 3 tách nước biểu tượng cho Tam Tài *(Thiên, Địa, Nhân)* trở thành vật thể văn hóa cho nên khấn xong thì hất một tách nước lên mái nhà *(Thiên)*, một tách đổ xuống đất *(Địa)* và môt tách uống vào bụng *(Nhơn)*. Đôi đũa cũng như 3 tách nước trở thành vật thể văn hóa khi biểu hiệu phong tục, tín ngưỡng trong phong cách ẩm thực của người Việt…

Trong cung cách ẩm thực khi ngồi ăn, xử dụng đôi đũa là một *"ẩn ngữ vô ngôn"* nhưng lại sâu đậm hơn ngôn ngữ vì cách xử dụng đôi đũa diễn tả đậm đà cung cách ẩm thực tức văn hóa của người Việt.

Đôi Đũa Sanh Ra Ở Đâu?

Về nguồn gốc đôi đũa, người ta chỉ nêu ra giả thuyết hoặc đặt ra truyền thuyết để giải thích nguồn gốc thí dụ như truyền thuyết hoàng đế Hạ Vũ, Khương Tử Nha, Đát Kỷ[82]... Nếu khảo sát các vùng văn hóa thì đôi đũa chỉ hiện diện trong vùng văn hóa Viễn Đông *(Trung Hoa, Nhật, Triều Tiên, Việt Nam)* có nghĩa đôi đũa được phát minh tại đây và **có lẽ trên vùng văn minh nông nghiệp của Bách Việt miền Hoa Hạ vào thời Hùng Vương**, tại sao?

▪ Vì dân Việt gốc nông nghiệp, trâu bò dùng để cày bừa, thức ăn chính là ngũ cốc, rau cá. Miếng thịt rất hiếm quí nên nếu có thì phải cắt nhỏ xào nấu cho cả nhà ăn vì vậy phải dùng đôi dũa để gắp.

▪ Trái lại, cách ăn bốc vẫn còn tồn tại trong văn minh Ấn Độ và để lại dấu tích tại Trung Hoa trước thời Tần Thủy Hoàng, trong dân du mục chăn nuôi phía bắc Hoa Hạ có ẩm thực chính là bột mì và thịt nên chú trọng đến ăn bốc và dao để cắt xén.

Loại đũa

Hiện nay, kỹ nghệ Việt Nam sản xuất rất nhiều loại đũa gỗ quí như đũa gỗ kim giao, gỗ mun, trắc đỏ, gỗ dừa, đàn hương, căm xe... Ngày xưa, thông dụng nhất là đũa tre, đũa gỗ vì Việt Nam rất nhiều tre trúc, gỗ. Thường người nông dân tự vót đũa lấy bằng chẻ tre thành thanh vuông rồi vót tròn một phần và phần kia thì giữ hình vuông theo như ca dao dạy.

Đời cha cho chí đời con,
Muốn vót cho tròn thì hãy đẽo vuông.

Hình dáng đôi dũa trong tiếng hò đò suôi trên sông Mã.

Đôi ta như đũa tre non
Khen ai khéo vuốt đũa tròn nên đôi
Đôi ta như đũa tre già
Khen ái khéo tiện đũa đà bằng đôi.

[82] Đôi đũa bằng kim loại (1600-1046 TCN) được phát hiện tại di tích khảo cổ Ân Khư, tỉnh Hà Nam. Theo thuyết Khổng Tử, trên bàn ăn không để dao, dĩa liên quan đến binh đao nên mới phát minh đũa để thay thế

Đặc biệt là chỉ ở Việt Nam mới có đũa cả dùng để xới cơm từ nồi ra bát. Đũa cả lớn và dẹp làm bằng tre hay gỗ. Đũa cả to và dẹp phải nhúng vào nước trước khi xới cơm cho khỏi dính. Xới xong dùng chiếc nọ gạt cơm khỏi chiếc kia chứ không được gõ vào nhau thành tiếng động. Âm thanh này gọi ma đến nhà.

Đôi đũa cả

Đũa gỗ kỹ nghệ bằng gỗ kim giao

◆ Đặc biệt đũa của vua có 2 loại chính:

Đũa làm bằng tre già khẩm lá vót xong thì dùng dăm tre chuốt cho bóng láng, bỏ vào nồi hấp rồi phơi khô trước khi nhập kho. Đũa vua dùng phải thay đổi hằng ngày, loại đũa ngà không tiện dụng vì hơi nặng đối với tay nhà vua

Đũa gỗ *"Kim giao"*[83] *(Podocarpus macrophyllus)* để phát hiện các độc tố. Cây kim giao có thân cây cỡ nhỏ mọc nhiều trên núi vùng Lạng Sơn, Cao bằng. Gỗ màu trắng ngà, nhẹ và dai có đặc tính ngả san màu đen nếu gặp chất độc vì vậy mà gọi là *"đũa đổi màu hay đũa tiến vua"*.

Cách cầm đũa

Văn hóa ẩm thực phải bắt đầu từ giáo dục gia đình, từ những chi tiết nhỏ nhoi như cách cầm và xử dụng đôi đũa gắp món ăn, thí dụ cầm đũa gảy chọn miếng ăn ngon, nhai chóp chép, ăn ngấu nghiến, vừa nhai vừa nói... là tướng xấu của người ích kỷ, hẹp hòi, thiếu nhân cách.

Ngày xưa có những cụ mời con rể tương lai đến nhà ăn cơm gia đình để nhìn phong cách biểu hiện trình độ văn hóa giáo dục

[83] Còn gọi là thông tre, tùng la hán

của người con trai cầm đôi đũa, gắp món ăn rồi mới quyết định gả con gái hay không.

Còn các bà mẹ nhìn phong cách têm trầu *(miếng trầu têm khéo léo, gọn ghẽ, vôi vừa đủ…)*, mời trầu để nhìn phong cách con dâu tương lai.

Khi ngồi vào mâm cơm gia đình, người nhỏ tuổi sẽ so đũa và so trước tiên cho người lớn nhất nhà hoặc khách quí. Người vai vế lớn nhất cầm đũa trước nhất và gắp ăn đầu tiên, con cháu gắp theo những món nào người lớn đã gắp có nghĩa con cháu không được gắp trước ông bà một món ăn.

Đôi đũa gắp thức ăn từ đĩa để vào bát rồi mới ăn, trong bát vẫn còn đồ ăn không nên gắp thêm vào.

Thiếuphong cách văn hóa khi dùng đũa bới đĩa tìm miếng ngon, chọc đũa vào bát canh, vừa cầm đôi đũa vừa chan canh hay chỉ chỏ.

Tránh lấy đũa gẩy gón đĩa thức ăn chọn miếng ngon để gắp, miếng khác đẩy sang bên, không được chọn bằng kiểu gà bới mà phải chọn bằng mắt trước khi gắp, gắp miếng nào ăn miếng đó.

Mỗi mâm có một chén nước mắm chấm chung,nhưng chấm miếng thịt, miếng cá thì phải chấm bên cạnh bát nước mắm, đã cắn ăn rồi thì không được chấm trở lại.

Không được dùng đũa vẽ bét nhát cá ra mà phải chờ người lớn vẽ gọn gàng trước.

Còn nói chuyện đôi đũa với con cháu ở hải ngoại thì việc đầu tiên là dạy các cháu *(không nói tiếng Việt)* biết cầm đũa như đôi khi chúng ta chỉ cho người bạn ngoại quốc theo hình vẽ dưới đây.

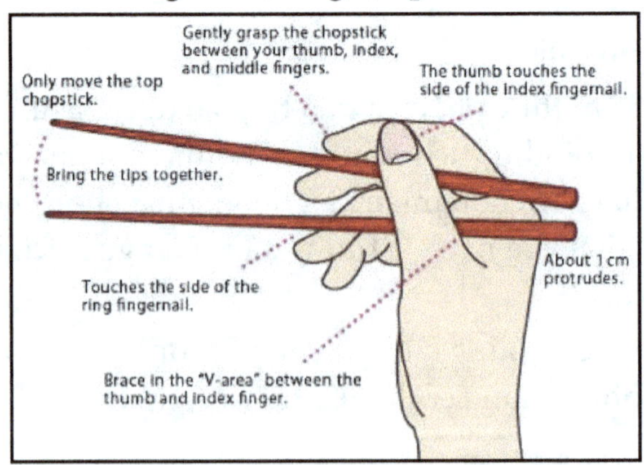

Ý Nghĩa Văn Hóa

Ngoài cách cầm đũa cho đẹp, cho ra dòng ra giống, đôi đũa còn mang ý nghĩa văn hóa trong:

- *Cách cầm đũa theo triết lý,*
- *Kiêng kỵ trong phong cách cầm đũa,*
- *Biểu tượng linh hồn*

Theo triết lý

Chiếc đũa có phần vuông ở trên tượng trưng cho âm và phần tròn ở dưới tượng trưng cho dương.

Cầm đũa theo vị trí âm dương

Khi cầm đôi đũa để gắp thức ăn, chiếc đũa nằm dưới ở thể tĩnh *(âm)*, chiếc đũa nằm trên thì động để kẹp chặt miếng gắp *(dương)*. Vì vậy mà đôi đũa được ví như cặp khí âm dương, như cặp vợ chồng *(âm dương)* gắn bó keo sơn: "*vợ chồng như đũa có đôi*".

Đôi ta làm bạn thong dong,
Như đôi đũa ngọc nằm trong mâm vàng,

Cầm đũa theo ý nghĩa tam tài: Thiên, Địa, Nhân

Đôi đũa đặt trên ngón trỏ và ngón cái ở trên *(Trời)*, ngón út và ngòn đeo nhẫn ở dưới cùng *(Đất)*, ngón giữa nằm giữa hai chiếc đũa *(Người)*

Cầm đũa theo vị trí âm dương và Tam Tài

Cầm đũa theo phong cách, kiêng kỵ

Khi so đũa thì đôi đũa phải ngay thẳng, dài bằng nhau[84], không đặt đũa chéo, ngậm đũa, đánh rơi đũa khi ăn.

Mối tình đầu cũng như lúc trẻ tập cầm đũa:

Tình mới lớn, phải không em, rất mỏng ?
Cách tập tành nào cũng dễ hư hao
*Thuở đầu đời **cầm đũa thấp cao***
Và nâng chén, dĩ nhiên, đổ vỡ.
Nguyễn Tất Nhiên

Yêu nhau miễn là trông cho sao vừa con mắt như đôi đũa:

Đôi ta như đũa trong kho
Không tề, không tiện, không so cũng bằng.

Vợ chồng phải xứng hợp với nhau như đôi đũa.

Đôi ta là bạn thong dong
Như đôi đũa ngọc nằm trên mâm vàng.
"Đũa vàng dộng xuống mâm son
Thấy ai có ngãi, anh thương mặn nồng".
Bởi chưng thày mẹ nói ngang
Cho nên đũa ngọc, mâm vàng xa nhau.

Tối kỵ là so đôi đũa lệch[85] hay vênh đã không đẹp mắt còn mang lại xui xẻo như câu ca dao dưới đây.

Về đôi đũa vênh thì có câu nói "*Vợ dại không hại bằng đũa vênh*".

Đôi đũa lệch dài ngắn khác nhau dùng để chỉ vợ chồng không xứng đôi về kích thước hay tuổi tác.

Ví dầu chồng thấp vợ cao,
*Như **đôi đũa lệch** so sao cho vừa (ca dao)*

Khi đôi đũa kia, không bằng mà lệch,
Chắc chắn đau lòng người dự tiệc khi ăn.

[84] Xưa kia với người Nhật, đũa của người trên dài hơn đũa của người dưới, đũa cho đàn ông dài hơn đũa đàn bà.

[85] Theo phép tắc của Khổng Tử, chiếu trải lệch lạc thì không ngồi

Vô duyên lấy phải chồng già,
Ra đường người hỏi rằng cha hay chồng?

Mẹ em tham thúng xôi rền[86]*,*
Tham con lợn béo tham tiền Cảnh Hưng[87]*.*
Em đã bảo mẹ rằng đừng,
Mẹ hấm, mẹ hứ, mẹ bưng ngay vào.
Bây giờ chồng thấp vợ cao,
Như đôi đũa lệch so sao cho vừa (ca dao)

Tiền Cảnh Hưng

Còn vợ chồng không xứng đôi về địa vị xã hội thì lấy đôi đũa mốc mà ví von: Đũa mốc mà chòi mâm son.

Trong mỗi bữa ăn, cách so đũa ngay ngắn trở thành tiêu chuẩn cho cách làm việc thường nhật: *"Làm việc ra đầu ra đũa"*, *"Đến đầu đến đũa"*, *"Giúp lời chứ không ai giúp của, giúp đũa chứ không ai giúp cơm"*.

Cầm đũa theo phép phong thủy

Tránh những đồ nhọn như đầu đũa, đầu tăm đâm vào người giống như đòn dông nhà khác hay góc ao, đao đình đâm vào mặt tiền nhà mình thì phải kiêng. Vì vậy nên tránh cách cầm đũa để ngón trỏ chìa ra như chỉ vào mặt người khác. Ngồi vào mâm cơm, đũa và tăm đặt ngay ngắn xuống bàn hay mâm cơm vì tránh không được đưa đũa đưa tăm cho người khác là vì: *"Đưa đũa ghét năm, đưa tăm ghét mười"*.

[86] Xôi rền (dền): rền nghĩa là dẻo, ngon
[87] Cảnh Hưng là tiền tệ của Đàng Ngoài thời Lê trung hưng (1593-1789)

Còn bát ăn cơm đi đôi với đũa cũng có những kiêng kỵ có tính cách phong thủy coi bát là biểu tượng của công ăn việc làm. Vì vậy trừ bát mẻ, bát cũ không được vất bỏ mà nên cho người khác.

Kiêng kỵ đũa gẫy

Theo Lê Triều Hình Luật và ký sự du ngoạn của thương buôn, giáo sĩ ngoại quốc đến nước ta thế kỷ XVIII, thủ tục ly dị của đôi vợ chồng trước cửa quan là bẻ đũa. Tục ly dị bẻ đũa, bẻ đồng tiền cũng được A. De Rhode ghi trong từ điển Annam-Lusitan-Latinh *(thường gọi là Việt-Bồ-La)*[88]. Vì vậy mà có kiêng kỵ: Tránh gẫy đũa nhất là trong tiệc cưới, đũa gãy là điều xui xẻo báo hiệu cho sự đổ vỡ.

Còn tục lệ *"trả đũa"* là xưa kia đi hỏi vợ thì đem đôi đũa và cái bát để làm tin, nếu không thuận ý thì nhà gái trả lại nên gọi là *"trả đũa"*.

Linh Hồn Đôi Đũa

Người dân tin rằng đôi đũa có linh hồn và liên quan đến thế giới bên kia.

Đụng đến âm hồn

Cấm dùng đũa gây tiếng động vì âm thanh này gọi ma đói đến nhà. Vì vậy mà kiêng không gõ đũa vào bát cơm, không gõ đũa cả vào nhau nhau thành tiếng động nên xới xong dùng chiếc nọ gạt cơm khỏi chiếc kia.

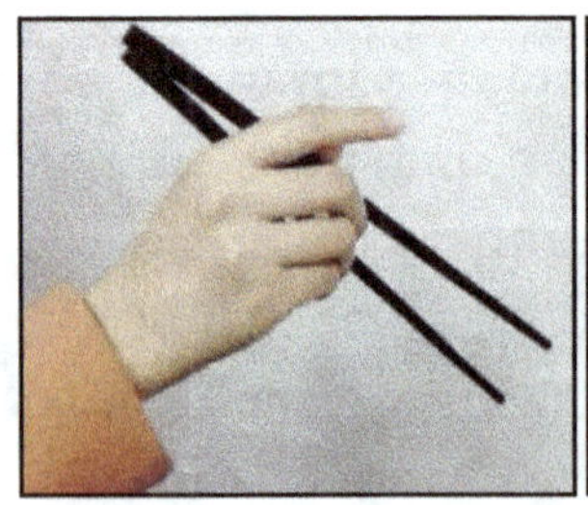

[88] Trong từ điển Annam-Lusitan-Latinh (thường gọi là Việt-Bồ-La, viết tắt là VBL) trang 794-795 ghi "bẻ tiền" và "bẻ đũa bẻ đồng tiền" chỉ người chồng thuộc hạng "thứ dân" khi ly dị sẽ bẻ đồng tiền đồng ra hai phần, người vợ giữ một nữa và người chồng giữ một nữa. Ngoài ra, người chồng cũng bẻ những chiếc đũa để người vợ giữ một nữa và sau đó người vợ tự do lấy chồng khác.

Gọi ma đến nếu dùng đũa xiên miếng ăn, cắm vào bát cơm giống như cúng cơm cho người mới chết.

Xếp đôi đũa ngắn dài mang lại xui xẻo vì theo quan niệm của người Trung Hoa *"Tam trường lưỡng đoạn (3 dài, 2 ngắn)"* là hình ảnh giống quan tài chưa đậy nắp có 3 ván dài, 2 tấm ngắn.

Biểu tượng linh hồn bà Mụ: *"đôi đũa bông"*

Đôi đũa bông là đôi đũa có gắn thêm một bông hoa trên đầu đũa. Cúng Mụ hay lễ đầy tháng đứa trẻ để tạ ơn vị tiên đã hình thành đứa bé cho họ. Mâm cỗ cúng Mụ phải có một đôi đũa hoa *(đũa bông)* mà bà Chúa hay dùng tạo hình một đứa nhỏ. Theo truyền thống tín ngưỡng, vị Đại Tiên *(Bà Chúa Đầu Thai)* và Tiên Mụ mà trực tiếp là 12 bộ Tiên Nương *(12 bà Mụ)* nặn ra đứa bé nên mâm cúng có: 12 chén chè nhỏ, 12 đĩa xôi... và một đôi đũa bông.

Đôi đũa bông và mâm cỗ cúng mụ

Vong hồn người mới chết

Trên nắp quan tài, thắp 7 ngọn nến *(đàn ông 7 vía)* hoặc 9 ngọn *(đàn bà 9 vía)*, một đôi đũa bông vót sơ ra như gai nhọn cắm vào bát cơm úp, cài quả trứng luộc vào giữa đôi đũa bông làm bữa ăn cho người mới chết.

Đôi đũa bông kẹp quả trứng cắm vào bát cơm đặt trên quan tài

Tại sao đôi đũa bông? Có nhiều giải thích về đôi đũa bông như sau:

1) Đôi đũa bông tượng trưng cho người mới chết còn ở giữa cõi âm và cõi dương nên một đầu trên chẻ chõe ra *(bông)* biểu tượng dương và đầu âm thì cắm vào bát cơm, làm như vậy để tránh thập đại chúng sanh tranh ăn vớingười mới mất,

2) Đũa bông gai nhọn tượng trưng cho người lính đi bắt và đâm giặc cướp được dùng làm bùa trừ ma quỉ *(cái gai nhọn chữ hán việt là thứ bộ đao có nghĩa đâm chết)*.

3) Cũng trong chiều hướng sợ ma cũ tranh ăn với ma mới, tại Long An *(Tiền Giang)*, trên linh cữu để 3 chén cơm: chén cơm giữa dành cho người mới mất có một đôi đũa để ăn được nhanh, 2 chén cơm hai bên mỗi chén chỉ có một chiếc đũa *(nên ăn chậm)* dành cho ma cũ.

Ba chén cơm trước quan tài: Chén cơm giữa có một ***đôi đũa****, mỗi chén cơm hai bên chỉ có một chiếc* ***đũa***

4) Tục này còn được giải thích theo Lão Giáo: Đầu đũa bông chẻ ra như bùi nhùi để biểu tượng thời hỗn mang, trong hỗn mang đã tàng ẩn thái cực *(bát cơm)*, từ thái cực sinh lưỡng nghi âm dương *(đôi đũa)*, tác động âm dương mà sanh ra sự sống *(quả trứng)*.

Ẩm thực không những mang vẻ đẹp vật chất *(các món ngon)* mà còn mang vẻ đẹp văn hóa về tinh thần *(cung cách, kiêng kỵ...)*. Qua ẩm thực người ta có thể hiểu được nét đẹp văn hóa thể hiện phẩm giá con người, trình độ văn hóa của dân tộc với những đạo lý, phép tắc phong tục trong cách ăn uống. Vì vậy mà bản sắc Việt thể hiện trong cách tổ chức bữa ăn với các đặc trưng trên.

Như vậy văn hóa đôi đũa có nhiều điểm thú vị làm cho món ăn thêm ngon. Tuy nhiên, ngày nay ở hải ngoại, khi ăn tiệc cưới hoặc đến cộng đồng hay hội đoàn dùng bữa ăn chung với nhau, nét văn hóa đôi đũa cũng cần được cải thiện là trên bàn tiệc thì dùng đôi đũa chung hoặc ***trở đầu đũa***[89] để gắp thức ăn trên đĩa để chung cho hợp vệ sinh.

Nếu chúng ta hỏi nhau xem văn hóa ẩm thực của Bách Việt trồng lúa nước thời Hùng Vương còn truyền lại cho chúng ta cái gì? Chắc chắn là đôi đũa như câu nói: *"La culture est ce qui reste, quand on a tout oublié" (văn hóa là cái gì còn sót lại khi người ta quên hết).*

Hai chiếc cạnh nhau, luôn là thông điệp,
Gánh vác hết mình cho đến lúc tàn canh.

[89] Mặc dầu một số người kiêng kỵ vì đũa có hình vuông (đất) tròn (trời) nên đổi đầu đũa để gắp là làm đảo lộn càn khôn

Phụ lục 5

CÁC CHẤT PHỤ GIA

Bài phỏng vấn ông Huỳnh Chiếu Đẳng của Trà Mi (Đài VOA tiếng Việt) để nói nên một sắc thái văn hóa ẩm thực là cách chế biến.

Ông Huỳnh Chiếu Đẳng, cựu giáo sư bộ môn Lý-Hóa là người thường xuyên nghiên cứu và có nhiều bài viết về đề tài an toàn vệ sinh thực phẩm.

▪ Ông Huỳnh Chiếu Đẳng: Chất phụ gia là những chất được người ta thêm vào trong thực phẩm với mục đích tạo ra màu sắc, hoặc tạo ra mùi thơm, hoặc bảo quản những thực phẩm chế biến sẵn cho lâu hư.

Từ lâu đời rồi người ta đã biết dùng các chất phụ gia như giấm để ngâm rau cải, củ kiệu, như muối ăn dùng muối thịt, cá, hoặc chất tạo ra màu là lá dứa để tạo ra mùi thơm và màu xanh, hay trái gấc tạo ra màu đỏ cho xôi gấc, hoặc hoa lài, hoa sen được dùng để ướp trà. Tất cả những chất đó có thể được coi như là chất phụ gia.

Nhưng lúc sau này người ta dùng những chất hóa học trong kỹ nghệ làm chất phụ gia cho thực phẩm. Bây giờ những chất hóa học lọt vào tay những người không chuyên môn quá nhiều. Thí dụ chuyện dùng phân ure để ướp cá cho tươi lâu là chuyện chắc chắn không nên làm.

◆ Trà Mi: Có hai nguồn gốc, một là chất phụ gia từ thiên nhiên, hai là chất phụ gia từ các hóa chất, vậy chắc có lẽ không phải tất cả các loại phụ gia đều không an toàn, không có lợi cho sức khoẻ?

▪ Ông Huỳnh Chiếu Đẳng: Chất phụ gia cũng cần thiết. Nếu không có chất phụ gia thì mình gần như là không thể nào có kỹ nghệ đồ hộp hoặc là những thực phẩm chế biến sẵn. Hiện bây giờ ở tất cả mọi quốc gia chúng ta không thể nào tìm được một món thực phẩm chế sẵn mà không có chút xíu chất phụ gia trong đó.

Chất phụ gia tự bản thân nó nếu được dùng đúng thì là cần thiết. Nhưng hiện giờ trong các quốc gia kỹ nghệ thực phẩm mới vừa phát triển *(Trung Quốc, Việt Nam chẳng hạn)* người ta dùng những hóa chất rất là nguy hiểm.

Tác hại của chất formol

◆ Trà Mi: Những chất phụ gia nào được dùng một cách phổ biến, thông dụng, nhiều nhất, và nên đặc biệt cần chú ý, thưa ông?

▪ Ông Huỳnh Chiếu Đẳng: Danh sách này thì gần như là vô tận. Nhưng bây giờ sự kiểm soát những chất phụ gia ở những quốc gia đã có kinh nghiệm, như tại Mỹ, Canada, nhà nước lập ra danh sách những hóa chất nào được dùng trong thực phẩm, những chất nào được dùng khá lâu rồi và người ta thấy chúng không gây ra bất cứ một hiệu quả nào hết, thì người ta đặt tên chúng là *"những chất được biết là an toàn"*.

Thí dụ nhà nước Mỹ lập ra một danh sách rất là dài, trong đó chất nào được bỏ vào thực phẩm với phân lượng bao nhiêu, không được nhiều quá. Nhưng ở Việt Nam hiện bây giờ người ta dùng chất phụ gia mà tôi thấy rất là nguy hiểm. Thứ nhất phải kể tới là hàn the. Hàn the là borax. Chất này không phải là chất dùng để ăn được mà là chất dùng trong kỹ nghệ. Lâu nay người Việt Nam mình dùng hàn the trong bánh đúc, giò chả, hoặc trong hoa quả rau cải ngâm giấm với mục đích làm cho nó giòn. Hàn the nếu mình ăn ít thì nó có hại cho gan, cho thận và cho cơ quan sinh dục.

Một chất khác cũng được người Việt Nam dùng rất phổ biến, đó là muối diêm. Muối diêm nói chung là tất cả những chất của nhóm nitric. Ở Hoa Kỳ người ta cấm hẳn, không được dùng muối diêm trong thực phẩm. Nhưng tại Việt Nam thì muối diêm được dùng rất là phổ thông để tạo ra màu đỏ của thịt heo. Người ta bỏ muối diêm vào trong lạp xưởng, nem.

◆ Trà Mi: Và tác hại của muối diêm trước mắt và lâu dài ra sao, thưa ông?

▪ Ông Huỳnh Chiếu Đẳng: Muối diêm có tác hại nguy hiểm nhất mà người ta biết được là gây ra bệnh ung thư. Dĩ nhiên không phải thỉnh thoảng mình ăn một vài chiếc nem hay một đôi lạp xưởng mà bị. Điều quan trọng là chúng ta ăn lâu dài, chất này sẽ tích luỹ và tạo ra những bệnh về lâu về dài.

Hiện giờ người ta dùng formol để giữ cho thực phẩm không hư. Formol là khí formoldehyde tan trong nước. Formol được dùng trong phòng thí nghiệm để ngâm xác sinh vật, cũng như trong ngành y khoa là dùng formol để ướp xác người cho sinh viên thực tập. Chất đó nguy hiểm lắm. Theo tôi được biết, trong 20 mẫu bánh phở được đem đi phân chất ở thành phố Hồ Chí Minh thì có tới 16 mẫu có formol với hàm lượng khá cao.

◆ Trà Mi: Chúng tôi còn nghe nói là ngay cả bây giờ bánh tráng được phát hiện cũng có formol.

▪ Ông Huỳnh Chiếu Đẳng: Vâng, đúng vậy. Đó là một điều tôi rất quan tâm.

◆ Trà Mi: Họ dùng formol với công dụng gì, thưa ông?

▪ Ông Huỳnh Chiếu Đẳng: Formol được sử dụng để cho bánh tráng không bị meo mốc. Ngoài formol được dùng trong bánh tráng, người ta còn dùng chất tẩy trắng trong đó nữa. Bản thân bánh tráng không trắng, không trong đẹp. Nhưng không riêng gì bánh tráng, ngay cả bún tàu *(miến)* cũng rất trong vì có chất tẩy màu.

Người ta dùng chất tẩy màu trong kỹ nghệ để tẩy sạch màu sắc của những sản phẩm mà người thấy không đẹp. Nhưng tại Việt Nam mình người ta dùng chất đó trong thực phẩm, mà dùng một cách rất là liều lĩnh.

◆ Trà Mi: Xin được hỏi ông kỹ một chút là khi người ta tiêu thụ phải những thức ăn có chứa formol thì gặp phải tai hại như thế nào?

▪ Ông Huỳnh Chiếu Đẳng: Formol gây ra bệnh ung thư. Điều đó người ta biết chắc. Theo Tiến sĩ Nguyễn Bá Đức ở Bệnh Viện Ung Bướu Trung Ương, mỗi năm tại Việt Nam có thêm 150.000 người măc bệnh ung thư, trong đó ước lượng có 50.000 người mắc bệnh vì ăn uống.

◆ Trà Mi: Tức là một phần ba.

▪ Ông Huỳnh Chiếu Đẳng: Vâng, một phần ba. Trong đó người ta phải kể formol là một trong những nguyên nhân gây ra tình trạng ung thư tại Việt Nam.

Phân ure

◆ Trà Mi: Ngoài formol, hàn the, chất tẩy trắng như ông vừa trình bày thì báo chí Việt Nam dạo gần đây cũng có lên tiếng về việc người ta cho phân ure vào nước mắm.

▪ Ông Huỳnh Chiếu Đẳng: Ngư dân đánh cá ngoài biển muốn cho cá trữ trên nghe nhiều ngày mà trông vẫn còn tươi, đem về nhà còn bán được, thì người ta ướp cá này bằng phân ure, tức là phân đạm. Khi chất này thấm vào cá thì nó giữ cho cá được cứng và tươi lâu. Khi về đất liền người ta bán cá đó lại cho các hãng làm nước mắm. Những hãng nước mắm này không đủ nước để rửa cá mà dù có rửa cho sạch đi nữa thì cũng không làm sạch hết ure vì nó đã thấm vào cá. Cho nên khi làm nước mắm thì vẫn còn hàm lượng ure trong nước mắm. Đó là một lý do.

Ngoài ra tôi được biết người ta dùng *"pin"* có chứa những chất chứa kim loại nặng như chì, thủy ngân, cadmium, thạch tín. Những chất này nằm trong cái người ta gọi là *"pin"* đó có mục đích là làm cho lá bánh chưng được xanh tươi, hoặc một số thực phẩm có màu xanh tươi.

Những chất này rất là nguy hiểm, nhất là chì. Chì là chất ảnh hưởng lên trí óc, nhất là trí óc trẻ con. Kế đó là thủy ngân. Cadmium cũng là chất độc và thạch tín là một chất rất là độc được dùng để đầu độc giết người từ xưa nay.

Vừa rồi ở nước Mỹ có hàng triệu đồ chơi trẻ con bị thu hồi, lý do là nước sơn bên ngoài có chứa chì. Sơn pha chì được dùng từ xưa, có tên là sơn bạch diêm. Thế giới cấm dùng từ năm bảy chục năm nay rồi, nhưng mà đồ chơi do Trung Hoa sản xuất thì lại vẫn còn sơn chì.

Thủy ngân cũng là một kim loại mà người ta e ngại lắm. Những người mẹ mang thai được khuyên là nên ăn ít cá biển càng tốt.

◆ Trà Mi: Những cá biển càng to càng có nhiều thủy ngân phải không, thưa ông?

▪ Ông Huỳnh Chiếu Đẳng: Đúng vậy. Thủy ngân có trong thiên nhiên. Lý do cá chứa nhiều thủy ngân là do các nhà máy hóa học từ nhiều năm nay đã đổ ra biển, cho nên cá ven biển chứa nhiều thủy ngân hơn cá ngoài khơi.

Thường thường những hóa chất trên đây có hại cho các bộ phận bên trong cơ thể, nhất là óc *(do kim loại nặng)*, kế đó là thận, rồi gan, và dĩ nhiên chúng làm thay đổi các tế bào trong cơ thể và đưa tới hậu quả sau cùng là bệnh ung thư.

◆ Trà Mi: Tai hại như vậy, nhưng như ông vừa trình bày thì nếu dùng chất phụ gia đó lâu ngày với số lượng nhiều thì mới gây nguy hại đáng kể cho sức khoẻ, chứ còn lâu lâu mới dùng một lần thì không đáng ngại, vậy xin hỏi dùng bao nhiêu được xem là nhiều và thời gian bao lâu gọi là lâu dài, thì mới đáng lo?

▪ Ông Huỳnh Chiếu Đẳng: Tình trạng thay đổi tuỳ theo chất. Thí dụ hàn the *(borax)* chúng ta dùng rất là lâu dài thì số lượng gây chết người là 15 gam dùng cho một lần. Tức là với số lượng 15 gam thì người lớn có thể chết. Với trẻ con là 3 gam. Nhưng không bao giờ chúng ta ăn nhiều như vậy vì hàn the không ngon chút nào hết.

Thứ hai nữa là khi bỏ vào bánh tráng thì người ta cũng chỉ cho một số lượng rất ít, cho nên khi ta ăn vào cơ thể thì nó tích luỹ dần và lâu dài và nó gây bệnh về lâu dài. Điều này rất là nguy hiểm, những chất nào ăn vào chết liền thì người ta sợ nên người ta tránh. Còn những chất mới ăn vào người ta không cảm thấy gì cả, rồi tới khi nó phát ra bệnh thì lúc đó đã trễ rồi.

◆ Trà Mi: Đúng là kẻ giết người thầm lặng, phải không ông?

▪ Ông Huỳnh Chiếu Đẳng: Vâng. Thành thử những chất nào người ta biết được là chất độc thì ở các quốc gia Tây Phương người ta cấm hẳn, không được có chút xíu nào trong thực phẩm hết.

Thí dụ kẹo sản xuất từ bên Mexico không phải người ta bỏ chì vào trong đó, nhưng các máy móc sản xuất người ta hàn bằng chì. Những vết hàn bằng chì tan rất ít vào trong đường, trong kẹo. Đem qua Mỹ bán, chính phủ Mỹ phân chất thấy có chút xíu lượng chì trong đó và ra lệnh thu hồi liền.

Bột ngọt

◆ Trà Mi: Lâu nay vẫn có nhiều người bán tín bán nghi về tính lợi hại của bột ngọt. Nhiều người không dám dùng bột ngọt trong nêm nếm thức ăn vì nghe nói là độc hại cho sức khoẻ. Bột ngọt có tác hại thực sự ra sao? Có độc hay không, thưa ông?

▪ Ông Huỳnh Chiếu Đẳng: Huyền thoại về bột ngọt đã có từ lâu lắm, từ khoảng hai ba mươi năm nay. Chính nó là chất mà tôi theo dõi nhiều nhất, thành thử nếu nói về bột ngọt thì tôi rành nó lắm. Nó chỉ là một huyền thoại thôi.

Thực sự bột ngọt là một chất phụ gia gần như vô hại. Tôi nói là gần như vô hại nếu chúng ta không ăn với số lượng quá lớn. Bột ngọt là chất đã có tự nhiên ở trong thịt cá, dầu chúng ta có thêm vào hay không thêm vào thì nó vẫn có bột ngọt. Thí dụ như chúng ta lên men nước tương theo lối cổ truyền thì ở trong đó nó đã có bột ngọt rồi.

Bột ngọt là gì? Đó là acid glutamic mà cộng với sút, mà acid glutamic là một chất có trong thịt cá, có trong protein. Nó là một amino acid, tức là nó có trong tự nhiên.

Ở những nhà máy sản xuất bột ngọt người ta dùng phương pháp lên men khoai mì hoặc hiện bây giờ người ta còn lên men một vài thứ củ khác.

Các bà nội trợ có nhiều người tránh bột ngọt, nhưng thực sự chúng ta vào quán ăn chúng ta không thể nào mà không ăn bột ngọt hết. Tôi có một người quen làm trong tiệm phở. Người này cho biết một thùng nước lèo to của tiệm phở, người ta bỏ vào đó 2 bịch bột ngọt, hoặc có khi 3 bịch. Một bịch bột ngọt là nửa ký lô. Thành ra khi chúng ta vào một tiệm phở, ăn phở về, những người nhạy cảm một lúc sau họ thấy khô miệng, họ thấy đầu hơi choáng váng một chút, tê lưỡi. Có người bị ngứa ngoài da nữa. Những người đó được biết là những người dị ứng với bột ngọt. Theo thống kê, cứ 100 người thì có 1 người bị dị ứng. *"Hội chứng quán ăn Tàu"*.

◆ Trà Mi: Chính những phản ứng tức thì làm cho người ta lo sợ?

▪ Ông Huỳnh Chiếu Đẳng: Đúng vậy. Và triệu chứng đó, người Mỹ gọi là *"Hội chứng quán ăn Tàu"*, tại vì trong tất cả quán ăn Á Đông nói chung thì người ta luôn luôn dùng bột ngọt bởi lý do cạnh tranh. Nếu không gia thêm bột ngọt *(vào thức ăn)* thì thực khách ăn không thấy ngon. Nhưng có điều là những chủ quán ăn lẫn người đầu bếp không rõ là bột ngọt gây thêm hương vị, nó làm cho vị ngọt thịt cá tăng lên. Nhưng bỏ càng nhiều thì hương vị tăng lên không nhiều. Nó chỉ đến một giới hạn nào đó thôi, rồi nó không tăng lên nữa. Cho nên số lượng bột ngọt dùng trong nấu ăn không nên bỏ nhiều, chỉ đến một giới hạn nào đó rồi thôi. Ngoài giới hạn đó thì nó không có lợi ích gì hết.

Nếu mình nói vô hại hoàn toàn thì không đúng, nhưng nó là chất phụ gia an toàn và được biết là không gây bệnh về lâu về dài.

Tuy nhiên, chính phủ Mỹ có khuyên hẳn hoi là những bà mẹ đang mang thai và trẻ sơ sinh còn quá nhỏ thì không nên cho ăn những thực phẩm mà trong đó có bột ngọt.

Chính bản thân bột ngọt, tôi biết lúc xưa người Pháp dùng nó để làm thuốc bổ óc. Mà ngay như chúng tôi lúc còn đi học ở trung học thì vẫn mua những viên thuốc bổ óc để uống. Những viên này là acid glutamic. Và người Pháp còn chế dưới dạng nước, dạng ống, đó là acid glutamic dưới dạng nước mà người ta gọi tên là glutaminol. Nếu nó là chất gây bệnh hay là chất có hại về lâu về dài thì người Pháp họ đã biết và họ không dùng như vậy đâu.

◆ Trà Mi: Có những tin đồn rằng bột ngọt được chế biến bằng khoai mì công nghiệp có nhựa độc thành ra người ta sợ bột ngọt không bảo đảm chất lượng.

■ Ông Huỳnh Chiếu Đẳng: Thưa cô, khoai mì nó độc. Nó độc không phải là ăn khoai mì độc hay gì đâu. Khoai mì, nhất là lá khoai mì, bông khoai mì có chứa một loại acid gọi là acid cyanhydric. Đó là loại acid mà ngày xưa Đức Quốc Xã dùng để giết người Do Thái. Hiện bây giờ vẫn còn những nơi người ta dùng chất đó để xử những tội nhân bị tử hình.

Trong khoai mì có một hàm lượng nhỏ acid cyanhydric, cũng giống như là trong măng tre. Măng tre cũng có một hàm lượng nhỏ acid cyanhydric.

Nếu khoai mì được luộc ít nước hoặc chúng ta ăn đọt khoai mì thì có khi bị ngộ độc vì chất acid đó. Nhưng nếu khoai mì được luộc nhiều nước hoặc chúng ta lấy bột khoai mì để cho lên men thành bột ngọt thì không còn có dính dáng gì tới acid cyanhydric.

Bột ngọt là chính do những con men sinh sống bằng khoai mì tạo ra, chứ không phải ngay từ bản thân khoai mì.

Nếu người ta luộc đọt khoai mì để ăn thì có thể bị ngộ độc. Hoặc là măng tre mà không được luộc hai ba nước và cứ để như vậy mà ăn thì cũng có thể bị ngộ độc.

Món mắm các loại

◆ Trà Mi: Xin được hỏi thêm là một món ăn cổ truyền rất phổ biến tại Việt Nam, rất quen thuộc với mọi người, đó là mắm các loại. Đối với nhiều người Việt Nam, thưởng thức các loại mắm cũng không khác gì các món sơn hào hải vị. Nhưng bây giờ người ta nghi ngờ trong các loại mắm cũng có chứa những chất phụ gia độc hại. Thưa, có phải như vậy không?

■ Ông Huỳnh Chiếu Đẳng: Cảm ơn cô đã hỏi câu này. Vâng, tôi xin nói một chút xíu về mắm. Mắm theo ông bà chúng ta làm ngày xưa đó thì tự bản thân nó cũng là chất rất là độc. Thậm chí đến nỗi cơ quan USDA của Hoa Kỳ khuyên người dân khi đi du lịch ở Trung Hoa hay ở các nước Á Châu thì đừng ăn những chất protein ngâm muối. Tức là chính phủ Mỹ có ý muốn nói rằng đừng ăn thịt muối hay là cá muối, là mắm, là khô, là những loại rau cải được ngâm muối.

Nếu tôi nhớ không lầm thì chính phủ Trung Hoa cũng đã khuyến cáo dân chúng là đừng ăn quá nhiều rau cải ngâm muối. Rau cải được ướp muối, được ngâm chua, được ngâm muối là món ăn truyền thống của người Trung Hoa. Và chính phủ Trung Hoa biết rằng nó gây ra bệnh ung thư.

Tôi trở lại với món mắm. Mắm tự bản thân nó là protein được ngâm muối, trong đó có nhiều chất độc được coi như chất tạo ra bệnh ung thư về lâu về dài. Thứ hai, lượng muối quá nhiều. Theo các nhà chuyên môn, hiện giờ mỗi ngày một người lớn chỉ được ăn chừng 1 tới 5 gam muối mà thôi. Đó là một số lượng rất ít, so với số lượng mà người Việt Nam tiêu thụ hiện giờ.

Ngay người Âu Châu, người Pháp làm thống kê, nguòi ta thấy số lượng muối ăn vào đã gấp 5-6 lần số lượng 1-5 gam. Và người ta biết rằng khi ăn muối nhiều như vậy thì bệnh sẽ xảy ra về tim mạch.

Thành thử nếu chúng ta ăn mắm, ăn nước mắm quá nhiều thì đã là không tốt rồi. Nhưng hiện bây giờ người ta bỏ thêm vào mắm nhiều chất phụ gia khác nữa, mà các chất phụ gia đó thì chúng ta không kiểm soát được. Nó do sáng kiến từ nơi sản xuất: người ta muốn làm thế nào thì làm miễn là trông tươi, trông ngon, trông đẹp thì người ta ăn.

Tôi được biết khô cá, như khô cá thiều, theo một phóng sự mà tôi đọc được từ báo trong nước, thì người ta dùng một loại cá biển không ngon đem về xay ra, xong rồi trộn chất phụ gia nào đó rất là nhiều. Xong người ta ép lại cho giống như miếng khô cá thiều rồi đem phơi nắng. Theo phóng viên tờ báo, khi đem phơi như vậy chính ruồi nhặng cũng không dám bám vào miếng khô đó nữa. Điều đó cho chúng ta thấy là đáng ngại lắm.

Tôi được biết tôm khô được người ta xịt thuốc trừ kiến vào trong đó để không bị kiến và bị mốc, màu được tươi. Tôi không biết thuốc trừ kiến đó là chất gì, mà con kiến đã sợ chất đó thì dĩ nhiên là con người cũng phải sợ.

Khô mực và các loại cá khô

◆ Trà Mi: Thế còn khô mực, các loại cá khô khác có nên quan ngại không, thưa ông?

▪ Ông Huỳnh Chiếu Đẳng: Khô mực tới bây giờ tôi không được biết người ta đã bỏ chất gì vào trong đó, nhưng chính con khô mực có thành phần cholesterol rất cao. Khô mực là một trong những thực phẩm có cholesterol cao nhất. Kế đó là óc heo, óc bò.

◆ Trà Mi: Mặc dù là không có chất phụ gia thực phẩm?

▪ Ông Huỳnh Chiếu Đẳng: Mặc dù không có, nhưng khô mực ăn nhiều không tốt đâu, tại vì cholesterol trong đó cao lắm. Nó cao hơn cả tròng đỏ trứng gà nữa.

◆ Trà Mi: Dạ. Cholesterol ngày nay cũng là một cái đáng sợ.

▪ Ông Huỳnh Chiếu Đẳng: Đó là một cái mà người ta khuyến khích không nên đem vào cơ thể nhiều. Số lượng mà cơ quan USDA của Mỹ khuyên người dân là một người lớn trung bình mỗi ngày chỉ nên đem vào cơ thể chừng 300 miligam trở lại. Một tròng đỏ hột gà chứa từ 250 tới 300 milgam. Còn nếu trứng vịt thì hàm lượng cholesterol còn cao hơn nhiều./.

Phụ lục 6

YẾN TIỆC TRONG CUNG VUA TRIỀU NGUYỄN

Tôn Nữ Thị Hà & Phan Tôn Tịnh Hải

(Một sắc thái văn hóa ẩm thực: Ẩm thực cho ta biết bản sắc văn hóa của ta thuộc về dân tộc nào)

Trong khi ấy thì có những nhà Nho yêu nước như Nguyễn Trãi uống trà loại trà quý *"tước thiệt" (lưỡi chim sẻ)*, loại trà quý ở Nghệ An lá nhỏ như lưỡi con chim sẻ và uống ở thạch bàn *(bàn đá)* ở núi Côn Sơn chứ không hẳn chỉ ở trong nhà kiểu *"trà thất"* ở Trung Quốc hay Nhật Bản.

Vào đến cung vua là mở ra cả 1 không gian uy nghi, cao quý, còn tới điện thiết tiệc là choáng ngợp trước sự xa hoa, lộng lẫy của những vật dụng dát vàng và những món ăn đặc biệt cầu kỳ. Có thể mạo muội nhận xét rằng, chưa có thời kỳ nào mà những đêm yến tiệc lại lộng lẫy sắc màu với vẻ đẹp cầu kỳ, sinh động của nhiều món ngon vật lạ đến thế.

BÁT TRÂN THUỘC HÀNG QUỐC BẢO

Khi các quan khách đã ngồi đúng vị trí theo các phẩm trật trong điện, kiệu rước nhà vua với quạt, cờ, lọng, tàn xuất giá từ điện Càn Thanh đến điện Cần Chánh. Bên trong điện, thị vệ trưởng hô *"nội tề"*, bê ngoài quan võ hô *"ngoại chỉnh"*. Khi nhà vua đến cửa điện, thị vệ trưởng hô to: *"Thánh thượng giá lâm, chấp sự giả cát tư kỳ sự" (Nhà vua đã đến, ai lo việc nấy)*. Sau nghi thức để vua an tọa và nhập tiệc, thị vệ trưởng dâng Nhất bôi tửu bách nhật, mở màn đêm tiệc linh đình.

Lúc này nhạc cử ca tụng thần công thánh đức của vua vang lên cao sang, âm điệu nhịp nhàng mà vút cao làm say mê lòng người. "Vũ đài xuân rạng hàng ngũ chỉnh tề, sân khấu mây lộng âm thanh dìu dặt… Khánh chuông ra lệnh xướng hòa, kèn trống nhịp nhàng đánh thổi… Trải mấy triều vương đều khuyến khích. Biết bao âm nhạc thấy dồi dào… Giữa điện đình ca múa, tỏ điềm thái vận nước nhà. Trên lăng miếu xướng hòa, ngưỡng đức cao thâm biển núi… *(Bản dịch của Ưng Dự)*

Trên bàn tiệc, *"Nhị bôi tửu" (huỳnh tửu)*, món mặn, 16 bát bánh trái, 16 dĩa mứt bánh được cung kính dọn lên, thơm phức và đẹp cầu kỳ, mang đủ hình ảnh long, lân, quy, phượng để dâng lên vua và các vị quan khách.

Nem công là 1 trong những món ăn nổi bật nhất trên bàn tiệc, có cách chế biến không phức tạp nhưng rất hiệu quả. Thực phẩm tự chín bằng sự lên men vi sinh do sự tác động của các gia vị mang tính nóng như: riềng, tỏi, hạt tiêu, thêm đường để lên men chua, rồi trộn với thịt đùi công giã nhuyễn. Việc lựa chọn miếng thịt đùi dai được coi là bí quyết của Lý Thiện *(đội bếp chuyên làm tiệc mỹ vị)* sẽ khiến cho nem thơm và ngọt vị thịt, mà không dụng đến đường hay bột ngọt. Nem công được xem như thần hộ mạng của các bậc đế vương bởi công dụng giải độc tố nếu lỡ bị đầu độc nhẹ. Bên cạnh đó món chả phượng không rán mà chỉ gói vào lá chuối thật kín rồi đem hấp chín.

Da tê ngưu *(tây ngưu)* rất cứng và dày, do vậy, người xưa chỉ lấy đúng phần da nách, là phần da mỏng nhất để ngâm nước cho mềm, rồi nấu thành món ăn. Bàn tiệc cũng không thể thiếu chè yến, chè yến sào hạt sen, yến thả, bồ câu tiềm yến sào và nhà vua chỉ ban yến cho các sứ giả đến ban giao hoặc các vị tân khoa đỗ đầu.

Chè yến

Món gân nai thể hiện sự kén chọn vô cùng của bậc vua chúa. Để lấy được phần gân, phải dùng lửa thui đù nai, cạo sạch lông rồi luộc mềm, sau đó dùng dao nhọn tách gân ra khỏi bắp thịt, ngâm trong nước *(hòa thêm muối và giấm)* cho trắng. Trong lúc ấy phải hầm nguyên cả con gà, lấy nước dùng cho ngọt, hớt sạch váng mỡ đến khi trong veo rồi mới hầm chung với gân nai cắt khúc, tôm khô, măng củ đậu, chả lụa… Khi nguyên liệu chín mềm mới nêm gia vị.

Môi đười ươi, bàn tay gấu, đệm chân voi *(gân thịt của bàn chân voi)* tương truyền nấu món đều rất ngon, không nguyên liệu nào bắt chước được mùi vị này, song đến nay gần như thất truyền về kỹ thuật nấu.

NGHỆ THUẬT TRÌNH BÀY

Nghệ thuật sắp xếp rất cầu kỳ, kết hợp với kỹ thuật nấu nướng tài tình của các nghệ nhân trong đội Thượng Thiện và Lý Thiện luôn làm hài lòng những bậc vua chúa kỹ tính nhất. Các món trình bày đẹp mắt, sạch sẽ và thơm ngon. Bàn tiệc bao giờ cũng đầy đủ sắc màu và dư vị, đan xen hòa quyện, không màu nào lấn át, không vị nào thua kém. Mẹo mực pha màu *(từ trái cây, hoa lá, rau củ)* còn thể hiện sự phân bậc giữa các nghệ nhân trong cung.

Yến tiệc không chỉ nổi tiếng với sơn hào hải vị và còn phải kể đến cơm nấu từ gạo An Cựu được lựa chọn từng hạt, nấu bằng nồi đất đun lửa sến *(lửa không có ngọn)*, để hạt cơm căng mọng, dẻo dính mà không nát, khi cơm chín, hương thơm lan tỏa khắp khu bếp cung đình, mỗi lần nấu xong thì đem đập bỏ nồi đất.

Cùng với sơn hào hải vị chỉ có trong yến tiệc, những món cá viên chiên, gà quay nguyên con, tôm sú, thịt dê, dạ dày lợn, cua biển, gà hầm nguyên con, thịt móng ngựa, thịt giò quay, giò hoa, giò lợn hầm, cá giấm, vịt hầm cả con, chim bồ câu trắng hầm, thịt lợn hầm, thịt ngan quay, giò lụa, chả rán, thịt vịt quay, thịt gà chặt, xôi đỏ, bánh đa, cơm nếp lam, góp phần làm dài thêm thực đơn cho yến tiệc. Với 50 bát và 16 dĩa, mỗi món chỉ cần gắp 1 miếng là quan khách đã đủ no mười phần.

MÃN TIỆC TRÀ RƯỢU

"Tam bôi tửu" (cam giá bồ đào) được dâng lên để trung hòa các dư vị của hơn 30 món mặn, tạo sự cân bằng vị giác cho 20 món tráng miệng tiếp theo. Ngoài hoa quả, chè tráng miệng, còn có bánh lá gai, bánh tiễn đôi, bánh uyển cao, bánh bột vàng, bánh bột 5 màu, bánh trứng gà, bánh bao, bánh bột sắn trắng, bánh bột sắn vàng, bánh phồng, bánh hình củ gừng, bánh trứng sẻ, bánh rán vừng, bánh thạch hoa, mứt gừng, mứt báo bảo, mứt tứ linh, mứt màu hoa, mứt màu quả, mứt táo, mứt dưa, đĩa sơn trà, hạt dưa.

Không có một món nào trên bàn tiệc có lối trang trí đơn giản, tất cả đều được bày biện vô cùng tinh tế, đòi hỏi sự khéo léo dày công. Mỗi món bánh có thể mất tới 4 ngày để chuẩn bị và thực hiện, trong đó, rất nhiều kỹ thuật làm bánh đến nay đã thất truyền.

Sau khi vua quan thưởng thức *"viên mãn"*, sẽ tới phần thưởng trà. Ngọc trà dâng vua có nhiều loại, như trà sen hương thơm man mác, do được gói chung với hoa sen, gói bằng là sen. Mùi hương của sen thấm vào từng cọng trà, khi rót ra đã tỏa làn hương len sâu vào khứu giác. Các vua triều Nguyễn đặc biết thích thưởng thức trà hương hoa mộc, hoa sói. Trà mạn pha vào ấm nhỏ, rồi thả hoa cho ngấm, tạo mùi hương quyến rũ, không thể quên. Cũng với cách làm này, còn có trà hoa tường vi, hoa cúc kim. Trà hoa tường vi cho ánh màu sóng sánh, đẹp thanh tao, còn trà hoa cúc kim có vị mát, thường dùng vào mùa hè.

Các vua triều Nguyễn từ thời Minh Mạng thường tổ chức yến tiệc khỏan đãi hoàng thân quốc thích, vương tôn công tử, các văn võ quan viên, các sứ thần… ở điện Cần Chánh. Đến thời Khải Định, các yến tiệc được tổ chức ở điện Kiến Trung *(Minh Lâu Viên)*, sau này đôi khi vua Khải Định tổ chức ở cung An Định - cung riêng của vua nằm trên bờ sông An Cựu.

Vua ngự trên chiếu cạp vàng, trên có đặt một hộp tợ *(bàn uống trà)*, một gối dựa 5 lá. Tiểu soạn *(phía trước ngự toa)* là nơi đặt các vật dụng thường ngày như điếu tráp, báo chứng *(chuông có giá treo để vua đánh khi gọi hầu)*, ô đồng trầu, ống nhổ, khay trà, bình rượu. Ghế nghi *(phía trước tiểu soạn)* có đặt lư trầm. Đây là nơi nhà vua thưởng thức sơn hào hải vị, không ai được phép ngồi chung.

Vua đội mũ lưỡng long tranh châu, mặc Cửu Long Hoàng bào với cân, đai, tay cầm hốt, chân mang hia. Khi vua vào ngự tọa có thị vệ lo cất mũ, cân, đai, hốt và cởi hia, nhà vua mặc Cửu Long Hoàng bào, đầu chít khăn vàng *(khăn chữ nhật)*, mang tất để dự tiệc.

Phía trước và ở sau bên trong nơi vua ngự thiện có trướng, ngoài có rèm, các cột có treo liễng. Phía hai bên treo trướng bằng gỗ hoặc gấm, có một số đôn, chậu cây lá ngọc cành vàng, hai giá trên thiết nghi trượng, một giá quán tây *(để thau nước rửa mặt, rửa tay)*, hai giá đỡ quạt lớn. Để thêm phần tráng lệ, trên trần có hữu táng gấm thêu Cửu Long, treo những trùm đèn pha lê thắp nến, đèn lồng tứ linh ấm áp, lung linh tạo cảm giác thịnh vượng, uy quyền.

Chỗ khách quan được bố trí nhiều dãy bàn dài, xếp hai hàng ghế đối diện, ngồi theo thứ tự phẩm trật do các thị vệ chỉ dẫn, không được ngồi đối mặt với nhà vua.

Khách sứ thần ăn mặc theo lễ phục trang nghiêm, khách quan mặc áo gấm màu *(trừ màu vàng)*, đầu đội khăn đóng *(trừ khăn nhân)*, đeo bài ngà có ghi phẩm trật.

Đội thị vệ phục vụ nhà vua gồm một thị vệ trưởng phụ trách chung, 8 thị vệ chuyên phụ trách từng công việc cố định. Mỗi bàn đãi tiệc có hai thị vệ hậu quạt, hai thị vệ hầu lọng, hai thị vệ phục vụ, một quan ngự y, một quan khâm thiên, một quan võ lo bảo vệ *(quan võ không được ngồi vào bàn tiệc)*, các quan đại diện vua tiếp khách ở bàn tiệc.

Đại yến tiệc được quy chuẩn là 50 bát, 16 đĩa. Để có nhiều nguyên liệu quý cho thực đơn, Vệ Võ Thành *(đội săn bắn)* được thành lập. Đến năm Minh Mạng thứ 7 *(1826)*, vua chỉ thị cho biền binh ở Vệ Võng thành nuôi 100 con chó săn chỉ để săn bắt. Hằng năm trước ngày giỗ 12 hôm, 300 biền binh có nhiệm vụ đi săn thú rừng. Tối thiểu mỗi kỳ phải săn được 10 con thú.

Đơn vị lo việc ăn uống của vua được thập lập từ thời vua Gia Long *(1802)*, danh xưng là Thuyền nội trù. Cho tới thời vua Minh Mạng, đổi tên thành đội Thượng Thiện gồm 50 người *(1820)*, mỗi người phụ trách một món, tùy theo sở trưởng của mình. Ngoài ra, còn có ty Lý Thiện chuyên làm cỗ bàn mỹ vị, ty tả chuyên làm bánh kẹo, đồ nước; ty hữu chuyên việc quầy bánh, dâng tiến. Bấy nhiêu sự kỳ công, cốt để tạo nên vẻ tinh tấn trong ngọc thực dâng yến tiệc cung đình.

Tôn Nữ Thị Hà & Phan Tôn Tịnh Hải

Thư mục

▪ HUỲNH QUỐC THẮNG, Lễ hội dân gian của người Việt ở Nam Bộ, NXB Văn Hóa-Thông Tin. Hà Nội, 2003

▪ PHAN KẾ BÍNH, Việt Nam phong tục, Khai Trí XB (Trích Đông Dương Tạp Chí từ số 24 đến 49), Sài Gòn (không đề năm)

▪ NGUYEN HUY, Âm Dương Ẩm Thực, TT Seattle xuất bản, Hoa Kỳ, 2016

▪ TOAN ANH, Nếp cũ Hội hè đình đám, quyển thượng, Sài Gòn 1969, quyển hạ, Sài Gòn, 1974

▪ TÂM DIỆU, Quan điểm về ăn chay của Đạo Phật, Hoa sen xb, Hoa Kỳ, 2009

▪ THUẦN ĐỨC, Ăn chay, Saigon, 1928

▪ TRẦN ANH KIỆT, Ăn chay và sức khỏe, Úc Châu, 2000

▪ SÁCH NGOẠI NGỮ

▪ CARPER, Jean, les aliments et leur vertu, Les Éditions de l'homme, Québec, 1994

▪ CASTLEMAN, Michael, Les plantes qui guérissent, Mordu Vivendi, Canada, 2002

▪ CHEE Soo, Le Tao de la longue vie, un guide pratique de l'alimentation Ch'ang Ming, 1983, Éd. Le Jour, Montréal,

▪ CHEN Jun et Pierre Sterckx, Diététique des quatre saisons, Presses universitaires Quang Ming, Suisse 2002.

▪ CHEN, You Wa, La diététique du yin et du yang, Éd. Robert Laffont, Paris, 1995

▪ EYSSALET, J.M. Guillaume, G. et al. Diététique énergétique et médecine chinoise, Éd. Présence, France, 1984

- LACASSE, Odette, Plantes médicinales et aromatiques de nos jardins, Broquet, Canada, 1994
- OSSIPOW, Laurence, Le végétalisme: vers un autre art de vivre, Paris Montréal, Cerf Fides, 1989
- MERRY, André, Les végétariens: raison et sentiments, Paris, La Plage éd, 1998
- NGUYEN VAN NGHI, Hoang Ti Nei King So Quenn, 4 tomes, Socedim, Marseille, 1973 et 1991
- NGUYEN VAN NGHI, TRAN V.D. et C. NGUYEN Recours, Huang Di Nei Jing, Ling Shu, 3 tomes, Marseille, 1994, 1995, 1999
- OHSAWA, Georges, Le zen macrobiotique, Librairie philo. J. Vrin, Paris, 1980
- Sélection du Reader's Digest, — Secrets et vertus des plantes médicinales, 1er Édit. Canadienne, 1991

— Aliments santé, Aliments danger, Canada, 1997

- SIONNEAU, Philippe et Zagorski, Richard, La diététique du Tao, Éd. Guy Trédaniel, Paris, 2001
- TREMBLAY, Nicole, Le Tao de l'alimentation, Les Éditions Québécor, Canada, 2002

Giới thiệu sách bán trên Amazon

Mục lục, *Dẫn nhập Bài 1. Khái niêm văn hóa,* **Phần 1.** ***Văn hóa thời Hùng Vương,*** *Bài 2. Văn Lang-Âu Lạc, Bài 3. Cái váy, Bài 4. Đôi đũa, Bài 5. Chó đá linh thiêng, Bài 6. Trầu cau,* **Phần 2.** ***Hình thành văn hóa Đại Việt,*** *Bài 7. Bối cảnh thời Bắc thuộc, Bài 8. Sáng tạo tiếng Hán Việt, Bài 9. Áo yếm,* **Phần 3.** ***Bối cảnh Viễn Đông,*** *Bài 10.Đình làng, Bài 11. Cơm làng, Bài 12. Linh hồn con nghê, Bài 13. Thăng Long, Bài 14.Cây nêu, Bài 15. Tết, Bài 16. Bàn thờ tổ tiên, Bài 17. Vái lạy, Bài 18. Cơm Tết,* **Phần 4.** ***Trung tâm văn hóa Huế,*** *Bài 19.Huế, Bài 20. Triết lý giáo dục vua Nguyễn, Bài 21. Ngự thiện, Bài 22. Nguồn gốc áo dài, Bài 23. Nón lá, Bài 24. Văn hóa của căn nhà, Bài 25. Cây kiểng,***Thư tịch**

1. The Concept of Culture, **Part 1.Culture of the Hùng Vương Era,** *2. Southeast Asian Culture, 3. The Story of Betel and areca, 4. Skirt of Hùng Vương era, 5. The chopsticks culture, 6. The Sacred Stone Dog,* **Part 2. Formation of Great Viet culture,** *7. Chinese Domination Era, 8. Yếm,* **Part 3. Far Eastern Field,** *9.The village community hall, 10. Village banquets, 11. The Soul of Nghê, 12. Thăng Long, 3. The Tết Pole, 14 Origin of Tết, 15. Tết Meal, 16. The ancestral altar,* **Part 4. Cultural centre Huế,** *17. Huế, 18. Educational philosophy, 19. Royal Meal, 20. Áo dài, 21. Nón lá, 22. The culture in traditional house. 23. Cây Kiểng*

Mục Lục, *Lời nói đầu,* **Chương 1. Văn hóa XHCN và sáng tác,** *Chuyện lạ về lãng mạn ..., Chuyện lạ về thơ tình cảm, Chuyện lạ về " Chàng Thơ" ,Chuyện lạ về ca dao ,Chuyện lạ về tà áo,* **Chương 2. Văn hóa XHCN và giáo dục** *Chuyện lạ về kỹ sư tâm hồn,Chuyện lạ về gương anh hùng,* **Chương 3. Văn hóa XHCN và lịch sử,** *Chuyện lạ về dâng đất, Chuyện lạ về người đã chết,* **Chương 4. Văn hóa XHCN và tín ngưỡng,** *Chuyện lạ về Đền Hồ, Chuyện lạ về vong hồn của Bác, Chuyện lạ về "ước mơ "của Bác, Chuyện lạ về Ông Trời,* **Chương 5. Văn hóa và kinh tế,** *Chuyện lạ về đạo đức, Chuyện lạ về giết cha, Chuyện lạ về người đầy tớ, Chuyện lạ về giấc mơ*

Part 1. Socialist Culture: Cultural and educational theories, **1. Theoretical foundation,** *Hồ Chí Minh, Trường Chinh,* **2. Creation of intangible culture,** *Textual literature Poetry and music in the socialist culture, Folk literature, Nhân văn giai phẩm Group,* **3. Socialist education,** *Theory of socialist education, Leadership training, Soul engineer,* **4. Historical role,** *Propaganda needs, Serving politics, Part 2. Socialist culture: Infrastructure building,* **5. Socialist infrastructure,** *Co-operatives, GBS (Government-based supply regime GBS), Family registry regime, Stamp/fiche regime,* 6. Image of a dreamed society, *Documents from the period of government-based organization of GBS, Ordinary daily life, Part 3. Socialist culture: Collapse,* **7. Northern battlefront,** *Abolition of the old culture, Return to the old culture, Changes in the countryside,* **8. Civil war** *" on Paper", Book burning and writer's arrest, Activation of cultural laws Saigon's cultural victory,* **9. Civil war "in Sound",** *Types of music, Burning of music and inhibition of songs, Victory of the Saigon Bolero sound* ,**Bibliography**

Partie 1. La culture socialiste: théories culturelles et pédagogiques, *1. Fondements théoriques, 2. Créer une culture intangible, 3. L'éducation socialiste, 4. Le rôle de l'Histoire,* **Partie 2. Édifier l'infrastructure de la culture socialiste,** *5. L'infrastructure socialiste,* 6. Le fantasme d'une société imaginée, **Partie 3. La culture socialiste: l'effondrement,** *7. La ligne de front du Nord, 8. Une guerre civile sur papier,* 9. Une guerre civile de l'audition, *La victoire du boléro de Saigon*

Phần 1. ***Văn hóa XHCN:Lý thuyết văn hóa giáo dục,*** *1. Cơ sở lý thuyết , 2. Sáng tạo văn hóa vô thể, 3. Giáo dục XHCN, 4. Vai trò của lịch sử,* **Phần 2.** ***Văn hóa XHCN: Xây dưng hạ tầng cơ sở,*** *5. Hạ tầng cơ sở XHCN,* 6. Từ giấc mơ **đến** hiện thực, **Phần 3.** ***Văn hóa XHCN: Sụp đổ,*** *7. Trận* **địa** *tại miền Bắc, 8. Nội chiến " trên giấy",* 9. Nội chiến trong "**âm** thanh", *Chiến thắng của âm thanh bolero Sài Gòn,* **Phụ lục 1:** *Nghĩa quân văn hóa Vũ Hoàng Chương,* **Phụ lục 2:** *Nghĩa quân văn hóa Nghiêm Thẩm*

Nhân Ảnh
2023

Liên lạc với tác giả
Lạp Chúc Nguyễn Huy 2415 Place Lafortune Ouest
ST Laurent, PQ H4M 1A7
Canada
Điện thoại: 438 386 0638
Email: nguyenhuyquebec@yahoo.ca

Liên lạc Nhà xuất bản
Nhân Ảnh
E.mail: han.le3359@gmail.com
(408) 722-5626

www.ingramcontent.com/pod-product-compliance
Lightning Source LLC
Chambersburg PA
CBHW071940190726
48293CB00004B/1293

* 9 7 8 1 9 9 0 4 3 4 6 2 4 *